आपल्या स्नेहीजनांना पुस्तके भेट द्या

'The Daughter From A Wishing Tree' या इंग्रजी पुस्तकाचा अनुवाद

कल्पवृक्षाची कन्या

पुराणांतील स्त्रियांच्या अनन्यसाधारण कथा

सुधा मूर्ती

अनुवाद

लीना सोहोनी

मेहता पब्लिशिंग हाऊस

THE DAUGHTER FROM A WISHING TREE by SUDHA MURTY

Text Copyright © Sudha Murty 2019
Illustrations Copyright © Priyankar Gupta 2019

First Published in Puffin Books by Penguin Random House India 2019
Translated into Marathi Language by Leena Sohoni

कल्पवृक्षाची कन्या / अनुवादित कथासंग्रह

अनुवाद : लीना सोहोनी

Email : author@mehtapublishinghouse.com

मराठी अनुवादाचे व प्रकाशनाचे हक्क : मेहता पब्लिशिंग हाऊस प्रा. लि., पुणे.

संस्थापक : सुनील अनिल मेहता

प्रकाशक : मेहता पब्लिशिंग हाऊस प्रा. लि.,
१९४१, सदाशिव पेठ, माडीवाले कॉलनी, पुणे - ४११०३०.

मुद्रक : श्री मुद्रा

मुखपृष्ठ व
आतील चित्रे : पेंग्विन रॅण्डम हाऊस इंडिया यांच्या सौजन्याने

प्रकाशनकाल : जानेवारी, २०२० / मार्च, २०२१ / जानेवारी, २०२३ /
पुनर्मुद्रण : जून, २०२४

किंमत : ₹ २३०

P Book ISBN 9789353173876
E Book ISBN 9789353173883
E Books available on : amazonkindle Apple Books Google Play Books

स्त्रीशक्तीवर विश्वास ठेवणाऱ्या
श्री. जॉन शॉ यांना –

मनोगत

पुराणांतील स्त्रियांविषयी एक पुस्तक लिहिण्याच्या विचाराने मी संशोधन सुरू केलं खरं. पण पदरी निराशाच आली. स्त्रियांच्या कार्याविषयी, त्यांनी निभावलेल्या महत्त्वपूर्ण भूमिकांविषयी वर्णन करून सांगणारं फारसं साहित्यच अस्तित्वात नाही. पुराणकालीन स्त्रियांपैकी सर्वांत लोकप्रिय स्त्रिया म्हणजे महाभारतातील द्रौपदी आणि रामायणामधील सीता. तशीच आणखी एक म्हणजे देवी पार्वती. सर्व कलांमध्ये निपुण असणारी, असुरांचं निर्दालन करून आपल्या भक्तांचं रक्षण करणारी. खरंतर आपल्या देशात वाहणाऱ्या सर्वच नद्यांना आपण देवीची रूपं मानतो. तरीसुद्धा या काळातील पुरुषांच्या पराक्रमाच्या कथाच जास्त प्रमाणात प्रचलित आहेत. त्यामानाने स्त्रियांच्या धैर्याच्या, शौर्याच्या, साहसाच्या कथा फार कमी आहेत. जे काही तुरळक साहित्य उपलब्ध आहे, त्यात सुद्धा तोचतोचपणा आहे. या साहित्यात स्त्रियांच्या व्यक्तिरेखांना दुय्यम दर्जा देण्यात आलेला दिसतो आणि त्यांची थोरवी सहसा कुठेही वर्णन करून सांगितलेली आढळत नाही.

याचं कारण सुरुवातीपासूनच आपली पुरुषप्रधान संस्कृती आहे किंवा असंही असेल की, या काळातली साहित्यनिर्मिती पुरुषांकडूनच जास्त प्रमाणावर झालेली आढळते. कदाचित ही दोन्हीही कारणं खरी असतील.

आपल्या इथला एक लोकप्रिय श्लोक असा आहे –

यत्र नार्यस्तु पूज्यन्ते
रमन्ते तत्र देवता ॥

याचा अर्थ असा, की ज्या ठिकाणी स्त्रियांचा आदर, सन्मान केला जातो, तिथे देवदेवतांचा वास असतो.

परंतु आज

आपण आपल्या आवतीभोवती एक नजर टाकली, तर हे मुळीच खरं नाही,

असं आपल्या लक्षात येतं. मग ती स्त्री असो अथवा देवी! म्हणूनच ज्या गोष्टी ऐकत मी लहानाची मोठी झाले, त्यांतल्याच काही गोष्टींचं, तसंच गेल्या कित्येक वर्षांपासून ज्या गोष्टी मी वाचत आले त्यांचं इथे पुन:कथन करून त्याद्वारे या पुस्तकातून काही प्रभावशाली स्त्रियांचं आयुष्य उजेडात आणण्याचा मी प्रयत्न केला आहे.

पुराणकालीन कथांच्या पुस्तकांच्या या शृंखलेत काही व्यक्तिरेखा वारंवार येत असलेल्या तुम्हाला आढळतील. या शृंखलेतील या आधीची पुस्तकं अशी :

सर्पाचा सूड

गरुड जन्माची कथा

त्रिशंकू

वाचकांना या नवीन पुस्तकात येणाऱ्या काही व्यक्तिरेखांविषयी अधिक माहिती वाचायची असेल, तर ही तीनही पुस्तकं जरूर वाचावी.

गेल्या काही वर्षांपासून माझ्या पुस्तकांच्या संपादनाचं काम करत असलेल्या माझ्या आवडत्या संपादिकेचे – श्रुतकीर्ती खुराना हिचे तसंच पेंग्विन प्रकाशन संस्थेच्या सोहिनी मित्रा, अर्पिता नाथ आणि पिया कपूर या माझ्या स्नेहीजनांचे मी मन:पूर्वक आभार मानते.

प्रिय वाचकहो, तुम्ही सर्व जण या कथा आवडीने वाचाल, अशी मी आशा करते.

प्रस्तावना

त्रिमूर्ती म्हणजेच तीन देवता – ब्रह्मा, विष्णू आणि शिव किंवा शंकर.

सरस्वती ही ब्रह्मदेवाची पत्नी. ब्रह्मदेव हा तर जगताचा निर्माता! सरस्वती ही विद्येची, ज्ञानाची आणि कलेची देवता मानली जाते. ती नेहमी शुभ्रवस्त्र धारण करून वीणावादन करताना दिसते. तिच्या एका हातात जपमाला तर दुसऱ्या हातात एक ग्रंथ असतो आणि तिच्या चेहऱ्यावर मंद स्मित विलसत असतं. तिचं वाहन म्हणजे हंस. तो तिच्या शेजारीच असतो. ही शांतिप्रिय देवी असून अनेक देशांमध्ये हिची आराधना केली जाते. सरस्वतीला वाग्देवी म्हणूनही संबोधण्यात येतं. वाग्देवी म्हणजेच वाणीची देवता. सरस्वती हे बुद्धिमत्तेचं, ज्ञानाचं आणि विद्येचं प्रतीक असल्याने महान वक्ते, लेखक आणि विद्वज्जन हिचे उपासक असतात. सरस्वती ही मितभाषिणी असून ती नेहमी कोणत्याही प्रकारच्या संघर्षांपासून आणि विवादांपासून दूरच राहते.

विष्णुपत्नी लक्ष्मी ही शीघ्रकोपी आहे. विष्णू हा जगाचा त्राता, रक्षणकर्ता! ती त्याच्या हृदयात वास करते आणि तिची अनेक रूपं आहेत. तिची दोन रूपं म्हणजे भूदेवी आणि श्रीदेवी. भूदेवी हे तिचं पृथ्वीवरचं रूप आहे तर श्रीदेवी म्हणजे धनसंपत्तीचं प्रतीक असलेलं रूप. लक्ष्मी ही अनेकदा गुलाबी किंवा लाल कमळावर विराजमान झालेली दाखवण्यात येते. तिने लाल रंगाचं वस्त्र धारण केलेलं असतं. ती अत्यंत शिस्तप्रिय आणि तपशिलांबद्दल फार दक्ष, नीटनेटकी अशी आहे. श्रीविष्णूंनी धर्माच्या संरक्षणासाठी जेव्हा दहा अवतार घेण्याचा आपला मनोदय तिला बोलून दाखवला, तेव्हा ती म्हणाली, ‘‘पतिदेव, तुम्ही धर्माची आणि नीतीची या जगात पुन:स्थापना करण्यासाठी हे सगळे अवतार घेत आहात. पण वैकुंठात असलेल्या या आपल्या निवासस्थानाबाहेर हे दोन द्वारपाल उभे आहेत ना– जय आणि विजय – त्यांना असा शाप मिळालेला आहे, की ते एकूण तीन वेळा

मनुष्यरूप धारण करून पृथ्वीतलावर जन्म घेणार आहेत. आणि या प्रत्येक जन्मात ते तुमचे शत्रू असणार आहेत आणि हा काही निव्वळ योगायोग नव्हे.''

लक्ष्मीच्या बोलण्यावर श्रीविष्णूंनी फक्त मंदस्मित केलं. लक्ष्मी पुढे म्हणाली, ''सर्वांत पहिल्यांदा तुम्ही वराहाचं रूप घेऊन हिरण्याक्षाचा वध कराल. हा हिरण्याक्ष म्हणजे मानवी रूपातील जय. त्यानंतर तुम्ही नरसिंहांचं रूप धारण करून हिरण्यकशिपूचा म्हणजेच मानवी अवतारातील विजयचा वध कराल. अखेर तुम्ही रामावतार धारण करून रावण आणि कुंभकर्ण या दोघांचा वध कराल. त्यानंतर कृष्णावतार घेऊन तुम्ही शिशुपालाचा आणि दंतवक्राचा वध कराल. याचा अर्थ जय विजय यांच्या तीन मनुष्य जन्मांमध्ये त्यांचा वध करण्यासाठी तुम्ही चार अवतार घ्याल. हे भगवान, तुमच्या काही अवतारांमध्ये तुमची सहधर्मचारिणी होण्यासाठी मीसुद्धा पृथ्वीतलावर जन्म घेईन. आपल्या या द्वारपालांच्या तीनही जन्मांमध्ये त्यांच्या विनाशाला मीच कारणीभूत ठरेन. अशा रीतीने त्यांच्या प्राक्तनामध्ये जे काही लिहिलेलं आहे, ते पार पडतं की नाही, ते मी स्वत: पाहीन.''

अशा रीतीने श्रीविष्णूंच्या वराह अवतारात लक्ष्मीने भूदेवीचं रूप घेतलं. त्या अवतारात श्रीविष्णूंनी हिरण्याक्षाचा नि:पात केला. त्यांच्या रामावतारात तिने सीतेचं रूप धारण केलं आणि श्रीविष्णूंनी रावणाचा वध केला. त्यांच्या कृष्णावतारात तिने रुक्मिणीचं रूप घेतलं आणि त्यांनी शिशुपालाचा वध केला.

तिसरी देवी म्हणजे पार्वती. सर्वसंहारक शिवाची ती पत्नी. तिला अनेक नावांनी ओळखण्यात येतं. त्यांतली काही नावं म्हणजे दुर्गा, शक्ती, शर्वाणी, पार्वती. ही एक उग्र आणि न्यायप्रिय देवी मानली जाते. दुष्टांच्या निर्दालनासाठी, संरक्षणासाठी, शांती प्रस्थापित करण्यासाठी नेहमी हिला पाचारण करण्यात येतं. तिला नेहमी अश्वारूढ किंवा व्याघ्रावर आरूढ झालेल्या, लाल वस्त्र धारण केलेल्या रूपात दाखवतात. पार्वती ही शिवाची खरी अर्धांगिनी आहे. शारीरिक तसंच मानसिकदृष्ट्या सुद्धा! ती नृत्यकलेत निपुण आहे. शंकर हाच तिचा गुरू आहे. आजही जोडीने नृत्य करणाऱ्या स्त्री आणि पुरुषाला शंकर-पार्वती असं संबोधण्यात येतं.

अनुक्रमणिका

सरस्वती भगवती

ज्ञानाचा स्रोत

महान निर्माता ब्रह्मदेवाने जेव्हा या विश्वाची आणि चराचर सृष्टीची निर्मिती करायचं ठरवलं, तेव्हा ती तशी अवेळच होती. कारण सगळीकडे नुसता गडबडगोंधळ होता आणि अनागोंदी होती. त्यामुळे त्याचं हाती घेतलेल्या कामावर लक्ष केंद्रित होईना. तो निराश झाला. त्याला खरं तर दोन गोष्टी हव्या होत्या. एक म्हणजे शांती आणि दुसरं म्हणजे एक सोबती, सहचर जो त्याला त्याच्या कामात मदत करेल– एक खराखुरा जोडीदार. पण त्याच्या कामात मदत करणारा हा जोडीदार बुद्धिमान, शांत, विद्वान, विद्यासंपन्न, कलानिपुण आणि सुसंस्कृत तर हवाच होता. पण त्याचबरोबर स्वत:ची जीभ आणि मन यावर नियंत्रण असलेलासुद्धा असणं आवश्यक होतं.

ब्रह्मदेवाने आपल्या मनातले हे विचार मोठ्यांदा बोलून दाखवले आणि एक मोठंच आश्चर्य घडलं. एक अत्यंत लावण्यवती स्त्री मधुर स्मित करत त्याच्या समोर प्रकट झाली. जणू काही आपण उच्चारलेले सर्व शब्द पणाला लावूनच तिला घडवण्यात आलं आहे की काय, असं ब्रह्मदेवाला वाटलं. तिने श्वेत वस्त्र परिधान केलं होतं. तिला चार हात होते. तिने आपल्या दोन हातांनी एक वीणा धरली होती. तिच्या एका हातात एक ग्रंथ तर दुसऱ्या हातात नामस्मरण करण्यासाठी माला होती.

ब्रह्मदेव अतिशय प्रसन्न झाला. "तुझ्या आगमनामुळे आणि तुझं साहाय्य मला मिळणार असल्यामुळे मला अत्यंत आनंद झाला आहे. मी तुला सरस्वती, वाग्देवी आणि वाणी या नावांनी हाक मारीन." तो म्हणाला, "तू ज्ञानाचं आणि संवादाचं निधान आहेस. या तीनही नावांमधून तुझे हेच गुण प्रतीत होतात. इथून पुढे सर्व चराचर सृष्टी ज्ञान, कला आणि वाणी यांची देवता म्हणून तुझी आराधना करेल."

मग ब्रह्मदेवाच्या निवासस्थानी– ज्याला ब्रह्मलोक किंवा सत्यलोक असं म्हणतात– ब्रह्मदेव आणि सरस्वती यांनी एकत्र बसून विश्वनिर्मितीच्या कामाला प्रारंभ केला.

असेच दिवस चालले होते. कालांतराने देव आणि असुर यांच्यात युद्ध सुरू

झालं. दोन्ही गटांचं एकमेकांशी कायमचं शत्रुत्व होतं. अनेक वेळा हार पत्करल्यानंतर असुरांना एक गोष्ट कळून चुकली. ज्ञानाचा ग्रंथ सरस्वतीच्या ताब्यात होता. साक्षात् ब्रह्मानेच तो तिला दिला होता.

एक दिवस देवी सरस्वती सत्यलोकी वीणावादनात मग्न असताना असुरांनी तिच्याकडे असलेला तो ज्ञानाचा ग्रंथ चोरला आणि तो घेऊन त्यांनी पृथ्वीवर पलायन केलं.

असुरांच्या या निंद्य कृत्याविषयी देवी सरस्वतीला समजताच तिने आपल्या शक्तीचा वापर करून असुरांचा माग काढला. परंतु पृथ्वीतलावर पोचल्यावर देवी सरस्वतीला एक गोष्ट उमगली. इतर देवदेवतांप्रमाणे ती लढू शकत नव्हती. लढण्यासाठी लागणारी शस्त्रंही तिच्याकडे नव्हती आणि क्षमताही. त्यामुळे या विद्येच्या देवतेने स्वत:कडे असलेल्या शक्तीचाच वापर करण्याचं ठरवलं. या असुरांचा पाडाव करण्याचा मार्ग म्हणजे आपण एका खळाळत वाहणाऱ्या नदीचं रूप घेऊन आपल्या पाण्याच्या प्रवाहात त्या असुरांना बुडवून टाकायचं, असं तिने ठरवलं.

अशा रीतीने एका बलशाली नदीचं रूप धारण करून ती अत्यंत वेगाने असुरांच्या दिशेने झेपावली. नदीचा तो प्रवाह आपल्या अत्यंत जवळ येऊन ठेपल्याचं पाहताच असुरांची पाचावर धारण बसली. त्यांना अक्षरश: पळता भुई थोडी झाली. मग तो ग्रंथ नदीच्या काठी टाकून ते तिथून पळून गेले. तो ग्रंथ आपल्या ताब्यात आलेला पाहून तिनेसुद्धा त्यांचा नाद सोडला.

सरस्वतीने त्यानंतर ब्रह्मलोकी परत जाण्याची तयारी सुरू केली. इकडे त्या प्रदेशात वास्तव्य करून असलेल्या महर्षींना, ऋषिमुनींना तिच्या आगमनाची वार्ता योगसामर्थ्यामुळे कळली. त्यांना तिच्या त्या ग्रंथाविषयीसुद्धा कळलं. ते सर्व जण ताबडतोब तिचं दर्शन घेण्यासाठी आले. तिथे त्यांना हातात ज्ञानाचं पुस्तक घेतलेल्या देवी सरस्वतीचं तिच्या मूळ रूपात दर्शन झालं. त्या ऋषिमुनींनी तिची करुणा भाकली– "माते, आम्ही अगतिक आहोत, आम्हाला तुझ्या मदतीची गरज आहे. तू तर आमची देवी आहेस. मग तू आमच्या मदतीसाठी इथं पृथ्वीवरच वास्तव्य करून का नाही राहत?"

त्यावर सरस्वती गूढ हास्य करून म्हणाली, "मला गेलं पाहिजे. मला ब्रह्मदेवांना त्यांच्या कामात मदत करायची आहे. पण तुम्ही मनापासून प्रार्थना केलीत, तर ती मला ऐकू येईल. मी इथून परत जाताना माझ्या शक्तीचा छोटासा हिस्सा इथेच सोडून जाईन. तो माझ्या नावाने सरस्वती नदी म्हणून इथे वाहत राहील. ही नदी वाहत जाऊन प्रयागपाशी गंगा आणि यमुना या नद्यांना मिळून तिथे त्यांचा संगम होईल. आम्ही तीन नद्या ज्या ठिकाणी एकमेकींना भेटू, त्या ठिकाणाला 'प्रयागराज' म्हणून ओळखण्यात येईल. त्यानंतर माझी ओळख संपुष्टात येऊन

माझा त्यापुढील प्रवाह गंगा नदीला मिळेल.'' एवढं बोलून देवी सरस्वती अंतर्धान पावली. तेव्हापासून सरस्वती नदी पृथ्वीवर वाहत आहे.

हीं नदी काही भागात जमिनीखालून वाहत असल्यामुळेच तिला 'गुप्तगामिनी' याही नावाने ओळखण्यात येतं.

कश्यप मुनींचा पुत्र अंधक हा अत्यंत महान आणि शक्तिशाली असुर होता. एक दिवस तो स्वर्गातून गेलेला असताना इंद्रदेवाच्या नंदनवनात त्याला अचानक पारिजातकाची फुलं दिसली. त्या फुलांच्या सौंदर्याने आणि सुगंधाने मोहित झालेल्या अंधकाने पारिजात वृक्षच स्वगातून पळवून आणायचं ठरवलं. सुरुवातीला त्याने इंद्राकडे पारिजात वृक्षाची मागणी केली. इतकंच नव्हे, तर त्यासाठी सतत लकडासुद्धा लावला. त्याच्या त्या सततच्या पाठपुरावा करण्याने कंटाळलेल्या इंद्राने मदतीसाठी त्रिमूर्तींकडे धाव घेतली. ब्रह्मा, विष्णू आणि महेश या त्रिमूर्तींनी एकमेकांकडे पाहिलं. त्या क्षणी त्या तिघांमधून विविधरंगी ऊर्जा बाहेर पडल्या. ब्रह्माकडून पांढरी (सरस्वती ऊर्जा), विष्णूंकडून लाल (लक्ष्मीची ऊर्जा) आणि शिवाकडून काळी (कालीमाता पार्वतीची ऊर्जा). या तीनही ऊर्जा एकमेकींमध्ये विलीन झाल्या आणि त्या मिलाफातून निर्माण झालेली स्त्रीशक्ती अंधकाचा नि:पात करण्यासाठी पृथ्वीतलाकडे निघाली.

ब्रह्मा, विष्णू आणि महेश हे प्रसन्न झाले. ते त्या तीन देवतांना (सरस्वती, लक्ष्मी आणि पार्वती यांना) म्हणाले, ''जगातील सर्व जीवांचे तुम्ही तिघी मिळून रक्षण करू शकला. त्यामुळेच इथून पुढे दर वर्षांतील दोन वेळा प्रत्येकी नऊ दिवस सर्व जण तुमची आराधना करतील. एकदा शरद ऋतूमध्ये आणि एकदा वसंत ऋतूमध्ये. पहिल्या उत्सवाला 'शरद नवरात्री' तर दुसऱ्या उत्सवाला 'वसंत नवरात्री' असं संबोधण्यात येईल. लोक तुमची उपासना शक्ती, वैष्णवी, काली, चामुंडी, दुर्गा आणि सरस्वती अशा विविध नावांनी करतील. या नवरात्रींमधल्या एका एका दिवशी तुमच्यातल्या एकीची उपासना करण्यात येईल. उदाहरणार्थ जेव्हा देवी सरस्वतीची पूजा करण्यात येईल, तेव्हा लोक ती विद्येची आणि कलांची देवता म्हणून तिला पुजतील. त्यामुळेच पुस्तकं, वाद्यं इत्यादींचं पूजन करण्यात येईल. सर्व विद्यार्थी गणांना सरस्वतीचे आशीर्वाद घेण्यासाठी वेगळी वेळ राखून ठेवण्यात येईल.''

आज जगभरात लोक नवरात्रीचा उत्सव अत्यंत भक्तिभावाने आणि उत्साहाने साजरा करतात. सरस्वतीपूजेच्या दिवशी लहान मुलं सरस्वतीची पूजा करून विद्या आणि ज्ञानप्राप्तीसाठी तिची आळवणी करतात आणि तिचे आशीर्वाद मागतात.

नारायणी नमोस्तुते

लक्ष्मीची आठ रूपे

लक्ष्मी ही धनधान्य, संपत्ती, भाग्य आणि समृद्धी यांचं प्रतीक असलेली हिंदूंची देवता. बौद्ध धर्म, जैन धर्म अशा धर्मांमध्ये तसंच नेपाळ, तिबेट अशा काही देशांमध्येसुद्धा ती लोकप्रिय आहे.

या लक्ष्मी देवतेने समुद्रमंथनामधून जन्म घेतला अशी एक कथा प्रचलित आहे. या मंथनामध्ये एका सुंदर स्त्रीच्या रूपात ती प्रकट झाली. त्यामुळेच समुद्राचा राजा हा तिचा पिता मानला जातो. लक्ष्मीचा जन्म झाल्यावर तिचं अद्वितीय लावण्य पाहून तिथे आजूबाजूला असलेले सर्व देव, असुर, मनुष्यप्राणी, गंधर्व असे सर्व जण स्तिमित होऊन अनिमिष नेत्रांनी तिच्याचकडे बघत राहिले होते, असं म्हणतात. तिचे वडील तिला म्हणाले, "कन्ये, जरा तुझ्या आजूबाजूला दृष्टिक्षेप टाक. तू वर म्हणून कोणाचा स्वीकार करते आहेस, याकडे इथे असलेल्या सर्व बलशाली वीरांचं लक्ष लागून राहिलेलं आहे. तुझ्या मनाला आणि हृदयाला जो वर पटेल, त्याला आपला पती निवडण्याची अनमोल अशी संधी तुला लाभली आहे. तू ज्या कुणाला पसंत करशील, त्याचा आनंद तर गगनात मावणार नाही. कारण तुझा पती होण्याचं भाग्य त्याला लाभेल. एक पिता या नात्याने मी तुझा त्याच्याशी विवाह लावून देईन, मी तुझं कन्यादान करीन.''

यावर होकार देऊन लक्ष्मीने वरमाला आपल्या हाती घेतली. ती इकडेतिकडे पाहू लागताच अचानक तिची नजर श्रीविष्णूंवर पडली. तिच्या हृदयाची तार छेडली गेली. ती त्यांच्याकडे आकृष्ट झाली. त्यांचं सुंदर रूप, त्यांची शांत सोज्वळ चर्या, त्यांचा उंचनिंच बांधा, त्यांचा तो सालंकृत देह या सगळ्याची तिला भुरळ पडली. आपल्या हातातली वरमाला त्यांच्या गळ्यात घालून ती त्यांची सहधर्मचारिणी बनली.

लक्ष्मी आपली पत्नी झाली याचा श्रीविष्णूंना फार आनंद झाला. ते तिला म्हणाले, "हे सागरकन्ये लक्ष्मी, तू तिन्ही लोकींचा प्रकाश आहेस. मी तुला आदराने, सन्मानाने वागवेन आणि तुला माझ्या हृदयात स्थानापन्न करीन." अशा तऱ्हेने श्रीविष्णूंचे निवासस्थान असलेल्या वैकुंठात लक्ष्मी आपल्या पतीसमवेत राहू लागली.

एक दिवस महर्षी भृगू हे वैकुंठात आलेले असता त्यांना श्रीविष्णू काहीही न करता नुसते शयन करत असलेले दिसले. त्यांना श्रीविष्णूंचा राग आल्यामुळे त्यांनी श्रीविष्णूंच्या छातीवर डाव्या बाजूला लत्ताप्रहार केला. त्याच जागी, म्हणजे श्रीविष्णूंच्या हृदयात लक्ष्मी वास करत होती. भृगू ऋषींच्या या अशा वर्तनावर आपल्या पतीने काहीच प्रतिकार न करता त्यांचं हे वागणं सहन करावं, ही गोष्ट विष्णुपत्नी लक्ष्मीला मुळीच रुचली नाही. ती स्वतंत्र विचारांची होती आणि तिची एक पत्नी म्हणून कोणत्याही बाबतीत तडजोड करण्याची मुळीच इच्छा नव्हती. त्यामुळे ती वैकुंठातून बाहेर पडून करवीरपूरला आली. याच नगरीला आता कोल्हापूर म्हणून ओळखलं जातं. लक्ष्मी निघून गेल्यामुळे श्रीविष्णूंना खूपच एकटं वाटू लागलं त्यामुळे तेही पृथ्वीतलावर येऊन तिरुपती इथे वास्तव्य करू लागले.

समुद्रमंथनातून जेव्हा लक्ष्मी बाहेर पडली होती, तेव्हा तिच्या बरोबर तिची छाया असलेली अलक्ष्मीसुद्धा बाहेर पडली होती. अलक्ष्मी हे लक्ष्मीच्या गुणांच्या बरोबर विरुद्ध स्वभाववैशिष्ट्यांचं प्रतीक आहे. एखाद्या घरात जेव्हा लक्ष्मीचं आगमन होतं, तेव्हा त्या घरात समृद्धी येते, त्या घराची भरभराट होते. पण जर त्या घरात राहणाऱ्या कुटुंबाने लक्ष्मीला गृहीत धरण्यास सुरुवात केली, तिचा यथोचित आदर केला नाही, तर लक्ष्मी ते घर सोडून जाते, पण तिथे मागे राहते ती तिची छाया असलेली अलक्ष्मी. त्या कुटुंबाकडे असलेली सर्व धनदौलत लयास जाऊन त्या कुटुंबातील नातेसंबंधांचा सत्यानाश होईपर्यंत ती अलक्ष्मी तिथे राहते. एकदा ही गोष्ट साध्य झाली की अलक्ष्मी तिथून बाहेर पडून पुन्हा लक्ष्मीच्या सोबतीने दुसऱ्या घरात राहू लागते.

या लक्ष्मीची आठ रूपं आहेत. म्हणूनच त्यांना अष्टलक्ष्मी असं म्हणतात. काही मंदिरांमध्ये या लक्ष्मीला सोळा हात असल्याचं दाखवतात. तिची आठ रूपं एकाच मूर्तीतून दाखवलेली असतात.

लक्ष्मी समुद्रमंथनामधून जेव्हा पहिल्यांदा बाहेर आली, त्या वेळच्या तिच्या रूपाला आदिलक्ष्मी असं म्हणतात. या रूपात ती दयाळू, मायाळू असते. तिने लाल वस्त्र परिधान केलेलं असून तिच्या हातात कमळ असतं. दुसरी लक्ष्मी म्हणजे धान्यलक्ष्मी- शेतकरी हिची पूजा करतात. या रूपातील लक्ष्मीचे हात धान्याने भरलेले असून ती दोन्ही हातांनी ते धान्य जमिनीवर ओतताना दिसते. लक्ष्मीचं तिसरं

रूप म्हणजे धैर्यलक्ष्मी- ही धैर्याची, साहसाची देवता. अनेकदा संकटग्रस्त लोक त्या संकटाचा सामना करण्याचं बळ आपल्या अंगी यावं म्हणून या धैर्यलक्ष्मीची आराधना करतात. लक्ष्मीचं चौथं रूप म्हणजे गजलक्ष्मी- ही अनेकदा मंदिरांमध्ये दिसते. ती बसलेली असून तिच्या दोन्ही बाजूंनी दोन हत्ती आपल्या सोंडेने तिच्यावर सुवर्णाचा किंवा पाण्याचा वर्षाव करत असतात. लक्ष्मीचं पाचवं रूप संतानलक्ष्मी– हिच्या अवतीभोवती नेहमी लहान मुलं बागडत असतात. निपुत्रिक जोडपी हिची उपासना करतात. सहावी विजयालक्ष्मी- हे विजयाचं प्रतीक असून साहसी वृत्तीची माणसं हिची उपासना करतात. पूर्वीच्या काळी राजेमहाराजे जेव्हा स्वारीवर जायला निघत, तेव्हा रणांगणावर सतत विजयालक्ष्मीचा वास राहो, अशी ते प्रार्थना करत. सातवं रूप म्हणजे विद्यालक्ष्मी- या नावावरून एक गोष्ट सहज लक्षात येते की, हे ज्ञानाच्या आणि बुद्धीच्या वैभवाचं प्रतीक आहे. ही विद्यालक्ष्मी बुद्धिदेवता सरस्वतीपेक्षा वेगळी आहे. कारण सरस्वती ही चंचल नसून स्थायी स्वरूपाची असते. आठवं रूप म्हणजे धनलक्ष्मी- ही संपत्तीची आणि समृद्धीची देवता असून हिच्या हातांमधून सुवर्णाचा ओघ वाहत असलेला दाखवण्यात येतो.

भारतामध्ये लक्ष्मी या देवतेची अत्यंत आदरपूर्वक पूजा केली जाते. आणि लोक आपापल्या इच्छेनुसार तिच्या या आठ रूपांपैकी स्वत:ला पाहिजे त्या रूपाची पूजा करतात.

अश्वमुखी देव

हयग्रीव नावाचा एक असुरांचा राजा होता. त्याची अशी पक्की खात्री होती, की आपण ब्रह्मा, विष्णू, महेश या त्रिमूर्तीची आराधना करून त्यांच्याकडे अमरत्व प्राप्त करण्यासाठी अमृताची मागणी केली, तर ते नक्की काहीतरी युक्ती करतील आणि आपल्याला अमरत्व मुळीच मिळू देणार नाहीत. त्यामुळे त्याने शक्ती देवीची आराधना करण्याचं ठरवलं.

त्यानंतर राजा हयग्रीवाने अतिशय कठोर तपश्चर्या केली आणि आपलं संपूर्ण लक्ष शक्ती देवीवर केंद्रित करून अत्यंत प्रेमाने आणि भक्तिभावाने तिची उपासना केली. अखेर ती त्याच्यापुढे प्रकट झाली. पण तिने आपल्या या भक्ताला अमृत देण्यास आणि त्याला अमरत्वाचं वरदान देण्यास साफ नकार दिला.

हयग्रीवाने ते जरी मान्य केलं, तरी त्याला मनातून खूप राग आला होता. त्याने मनातल्या मनात असा विचार केला, की 'जरी माझं मरण अटळ असलं, तर मला फार सोप्या रीतीने मरण यायला नको. माझं मरण अत्यंत कठीण आणि गुंतागुंतीचं असायला हवं. इतकं, की माझा मृत्यू घडवून आणणं कुणालाही अशक्यच होऊन जावं.' त्याची शक्ती देवीला फसवण्याची इच्छा होती. त्यामुळे तो म्हणाला, ''हे देवीमाते, मला कधी ना कधी तरी मरण पत्करावं लागणारच असेल, तर माझ्याच नावाच्या पण ज्याचं मस्तक अश्वाचं आणि शरीर देवाचं आहे, अशाच व्यक्तीच्या हातून मला मृत्यू यावा, असा आशीर्वाद मला दे.''

त्यावर देवी हसून ''तथास्तु!'' म्हणाली.

आता हयग्रीवाने स्वतःच्या मनाची अशी धारणा करून घेतली की, आपण जवळपास अमरच झालो आहोत. कारण त्याने वर्णन केलेला असा कुणी अश्वाचं

मुख आणि देवाचं शरीर असलेला प्राणी अस्तित्वात असणं शक्यच नव्हतं. एकदा आपल्याला मरणाचं भयच उरलेलं नाही हे लक्षात आल्यावर हयग्रीव असुराने आपल्या दुष्ट कारवायांना सुरुवात केली. तो लोकांवर अत्याचार करत सुटला, त्यांचा नव्या जोमाने छळ करू लागला.

त्या दुष्ट राजाची प्रजा या हिंसाचाराने अगदी त्रस्त होऊन गेली. लोक कुजबुजत्या स्वरात एकमेकांना म्हणू लागले, ''अशाप्रकारे राजाचंच नाव धारण केलेला, अश्वाचं मुख आणि देवाचं शरीर असलेला कुणी प्राणी अस्तित्वात तरी असणं शक्य आहे का? आपला हा दुष्ट राजा कधीच मरणार नाही.''

अखेर सर्व जण ब्रह्मदेवाची करुणा भाकू लागले.

परंतु ब्रह्मदेवाकडे सुद्धा या प्रश्नाचं उत्तर नव्हतं, त्यामुळे तो शिवाकडे गेला. आपण आता वैकुंठाला जाऊन भगवान श्रीविष्णूंची भेट घेतली पाहिजे, असं शिवाने सुचवलं.

ते जेव्हा श्रीविष्णूंच्या निवासस्थानी गेले, तेव्हा तिथे त्यांना भगवान श्रीविष्णू उभ्याउभ्याच गाढ झोपी गेल्याचं दिसलं. ते नुकतेच असुरांशी एक घनघोर लढाई करून परत आले होते. ते त्या लढाईमुळे इतके थकून गेले होते, की उभ्या उभ्याच झोपून गेले होते. त्यांचं धनुष्य– सारंग– त्यांच्या उजव्या हातातच होतं.

खरंतर श्रीविष्णूंना त्यांच्या या गाढ निद्रेतून जागं करणं ब्रह्मदेवाच्या जिवावर आलं होतं. पण त्याच्यापुढे दुसरा पर्यायही नव्हता. त्यामुळे त्याने पांढऱ्या मुंग्यांची एक रांग निर्माण करून ती विष्णूंच्या सारंग धनुष्यावर सोडली. त्याला असं वाटलं की, या मुंग्या हळूहळू धनुष्याची प्रत्यंचा कुरतडण्यास सुरुवात करतील आणि एका क्षणी ती जोरात तुटून त्याचा मोठाच आवाज होईल. त्या आवाजाने श्रीविष्णू जागे होतील. परंतु ब्रह्माचा हा अंदाज चुकला. त्या मुंग्यांनी ब्रह्माच्या अपेक्षापेक्षा फारच जास्त वेगाने, अक्षरश: निमिषार्धातच ती प्रत्यंचा कुरतडून तोडली. ती इतक्या प्रचंड जोराने तुटली की धनुष्याची कमान वेगाने उघडून सरळ झाली. ती सरळ होताना श्रीविष्णूंच्या मानेवर आघात झाला. श्रीविष्णूंचं मस्तक त्यांच्या धडापासून वेगळं झालं. ते जोरात आकाशात उडालं आणि तितक्याच जोराने समुद्राच्या मधोमध जाऊन पडलं.

हे असं काहीतरी अक्रीत घडेल याची ब्रह्मा आणि शिवा यांनी तर कल्पनाही केलेली नव्हती. त्या दोघांनी घाबरून एकमेकांकडे पाहिलं. आता नेमकं काय करावं, हेच त्यांना सुचेना. मग त्यांनी या संकटातून स्वतःची सुटका व्हावी म्हणून शक्ती देवीचा धावा करण्यास प्रारंभ केला. शक्ती प्रकट होऊन त्यांना म्हणाली, ''तुम्ही अजिबात काळजी करू नका. श्रीविष्णूंना काहीही होणार नाही.''

ते दोघे अविश्वासाने तिच्याकडे पाहत राहिले.

त्यावर शक्ती देवी हसून म्हणाली, ''एक दिवस लक्ष्मी आणि श्रीविष्णू

वार्तालाप करत बसलेले असताना श्रीविष्णूंना लक्ष्मीची थट्टा करण्याची लहर आली. ते म्हणाले, ''अगं लक्ष्मी, काय गं तुझे नातेवाईक. तुझे वडील म्हणजे साक्षात सागर. पण त्यांचं पाणी इतकं खारट, की कुणाला त्याचा एक घोटसुद्धा पिणं शक्य नाही. सगळं नुसतं वाया जातं. आणि तुझे ते भाऊ! तुझ्या सोबतच समुद्रमंथनातून ते बाहेर आले. तुझा भाऊ चंद्र महिन्यातले पहिले पंधरा दिवस चांगला धडधाकट असतो आणि नंतर पुढचे दोन आठवडे तो खंगत जातो. त्याचा क्षय होतो. आणि हलाहल हे तर विषच आहे. ते प्राशन केल्यामुळे आपल्या महान शिवाचा नीळकंठ होऊन बसला आहे. आणि मंथनातून निघालेल्या अमृतामुळे तर कित्येक युद्धं घडून आली. आणि तुझा तो भाऊ, सात मस्तकं असलेला उच्चैश्रवा अश्व नुसता चौखूर उधळलेला असतो.''

त्यांचं बोलणं लक्ष्मीला खूप लागलं. ती आपल्या पतीला म्हणाली, ''दुसऱ्यांची निंदानालस्ती करणं फार सोपं असतं. पण आज हे जग टिकून आहे, ते केवळ माझ्या पित्यामुळे. रात्रीच्या वेळी चंद्र पृथ्वीवर आपल्या शीतल प्रकाशाची पखरण करतो आणि शिव नीळकंठ झाल्यामुळेच सर्व देवांना अमरत्व प्राप्त झालं. उच्चैश्रवामुळेच सर्वांना अश्व हवाहवासा वाटतो. एक अश्व असणं म्हणजे काय ते तुम्हाला यथावकाश कळून चुकेल.''

ही कथा सांगून शक्तीदेवी पुढे म्हणाली, ''त्यामुळेच श्रीविष्णूंच्या आयुष्यात हा क्षण येणार, हे विधिलिखितच होतं. असुरांचा दुष्ट राजा हयग्रीवाचा विनाश होण्यासाठी नियतीने जी योजना केली आहे, त्याचाच हा भाग आहे.''

त्यानंतर शक्ती देवीने तलवारीने जवळच्या एका कुरणात चरत असलेल्या घोड्याचं मस्तक धडावेगळं करून ते श्रीविष्णूंच्या मस्तकविरहित धडावर ठेवलं. त्या बरोबर अश्वाचं मुख धारण केलेल्या त्या शरीरात चैतन्य येऊन तो प्राणी जिवंत झाला. ती म्हणाली, ''या प्राण्याचं नाव आजपासून हयग्रीव असेल. हय याचा अर्थ अश्व. आता हा प्राणीच त्या असुराशी युद्ध करेल.''

भगवान हयग्रीवाच्या रूपातील श्रीविष्णूंनी शक्ती देवीच्या सूचनांचं तंतोतंत पालन केलं. त्यांनी त्यांचंच नाव असलेल्या हयग्रीव असुराचा वध केला. ते युद्धात यशस्वी होऊन जेव्हा परत आले, तेव्हा त्यांचं अश्वमुख गळून पडलं आणि त्यांना त्यांचं खरंखुरं मस्तक परत मिळालं.

श्रीविष्णूंच्या या रूपाला हयशीर्ष असं म्हणतात. हा त्यांच्या दशावतारांपैकी एक अवतार मानला जातो. काही लोक बलरामाच्या अवताराऐवजी त्यांच्या या अवताराला मानतात. त्यांना चार हात दाखवण्यात येतात. त्यांच्या एका हातात सुदर्शन चक्र असतं. त्यांना हरभऱ्याच्या डाळीपासून बनवलेल्या एका पदार्थाचा नैवेद्य दाखवण्यात येतो. त्या पदार्थाला सुद्धा हयग्रीव असंच म्हणतात.

शिवे सर्वार्थ साधिके

भक्तीची शक्ती

खूप खूप वर्षांपूर्वी कौशल देशाचा राजा ध्रुवसंधी होऊन गेला. तो अतिशय सामर्थ्यशाली आणि न्यायप्रिय राजा होता. त्याला दोन सुंदर राण्या होत्या, मनोरमा आणि लीलावती. त्यातल्या प्रत्येकीला एक मुलगा होता. मनोरमेचा मुलगा सुदर्शन आणि लीलावतीचा मुलगा शत्रुजित. त्या दोघांच्या वयात केवळ एकाच महिन्याचं अंतर होतं आणि ते दोघेही राजकुमारांना साजेशा वैभवात लहानाचे मोठे झाले होते.

एक दिवस राज ध्रुवसंधी रानात शिकारीला गेला असताना एका सिंहाने त्याच्यावर अचानक हल्ला करून त्याला ठार मारले. आपल्या राजाचा असा अवचित मृत्यू झाल्याचं ऐकून त्याची प्रजा शोकविव्हल झाली.

परंपरेनुसार दोन मुलांपैकी मनोरमेचा मोठा मुलगा थोडा मोठा असल्याने राजगादीवर तो बसणार असा निर्णय झाला. परंतु लीलावती राणीचा पिता राजा युधाजित याच्या मते मात्र त्याचा नातू शत्रुजित हाच सर्वार्थाने त्या राजसिंहासनाचा मानकरी होण्यास योग्य होता. युधाजित हा एक अतिशय धूर्त आणि चाणाक्ष राजा होता, त्यामुळे त्याबद्दल जरा विचार करून त्याने एक निर्णय घेतला. तो आपलं सैन्य घेऊन कौशल देशाची राजधानी असलेल्या अयोध्यानगरीवर चाल करून गेला. अयोध्येचा पाडाव करून आपला नातू शत्रुजित याला सिंहासनावर बसवण्याचा त्याचा डाव होता. परंतु मनोरमा राणीचा पिता वीरसेन याने त्याचा सर्व सामर्थ्यानिशी प्रतिकार केला. आपला नातू सुदर्शन यालाच राजगादी मिळावी म्हणून त्याने युधाजिताशी दोन हात केले. दोघांची तुंबळ लढाई होऊन त्यात राजा वीरसेन मारला गेला.

आपल्या वडिलांच्या मृत्यूची बातमी मनोरमेला समजताच ती खूप घाबरली.

अयोध्यानगरीत आता आपल्या मुलाच्या जिवाला धोका आहे हे जाणून तिने त्याच्यासह अयोध्येतून पळ काढला. पळता पळता ती गंगातीरी आली. तिथे तिला भारद्वाज मुनी भेटले. त्यांना मनोरमा राणीविषयी आणि तिच्या मुलाविषयी करुणा वाटून त्यांनी तिला आणि तिच्या मुलाला आश्रय दिला. त्यांचा मायेने सांभाळ केला.

एकदा सुदर्शन अयोध्यानगरीत नाही म्हटल्यावर शत्रुजित राजसिंहासनावर बसला. तो कौशल देशाचा राजा बनला. पण एक दिवस शत्रुजितचे आजोबा, म्हणजेच लीलावती राणीचा पिता युधाजित याला सुदर्शन जिवंत असल्याची आणि तो भारद्वाज मुनींच्या आश्रयाखाली राहत असल्याची बातमी समजली. सुदर्शन हा मोठा भाऊ असल्यामुळे खरंतर राजगादीवर त्याचाच हक्क आहे, हे युधाजिताला ठाऊक होतं. त्यामुळे भविष्यात कधीही आपला नातू शत्रुजित याला सुदर्शनने आव्हान द्यायला येऊ नये म्हणून सुदर्शनचा काटा काढण्याचा युधाजितने निश्चय केला. परंतु राजपुत्र सुदर्शन भारद्वाज मुनींच्या संरक्षणाखाली असताना युधाजित राजाने असे पाऊल उचलू नये असा सल्ला त्याला त्याच्या मंत्रीमंडळाने दिला.

एक दिवस मुनींच्या आश्रमात राजपुत्र सुदर्शनाने एक विलक्षण मंत्र ऐकला. जरा वेळात राजपुत्र तो मंत्र विसरला, पण त्या मंत्राचा फक्त पहिलाच शब्द त्याच्या लक्षात राहिला. आणि त्या एका शब्दाचा तो परतपरत उच्चार करत राहिला, 'क्लीम्, क्लीम्.' हा शब्द म्हणजे देवीमातेचं प्रतीक होतं ही गोष्ट त्याच्या गावीसुद्धा नव्हती.

अशी कित्येक वर्षं लोटली. सुदर्शन मात्र रोज न चुकता 'क्लीम्, क्लीम्' असा जप करत असे. देवीमातेने हा लहान मुलगा आणि त्याची ती निरागस भक्ती बऱ्याच वर्षांपासून पाहिली होती. एक दिवस ती त्याच्या समोर प्रकट झाली. तिने त्याला प्रसाद म्हणून एक दैवी धनुष्यबाण देऊन म्हटलं, "मी तुझं नेहमी रक्षण करेन."

इकडे काशीनगरीची सुंदर राजकन्या शशिकला हीसुद्धा देवीमातेची नि:सीम भक्त होती. राजपुत्र सुदर्शनाविषयी आणि देवीमातेने त्याच्या समोर प्रकट होऊन त्याला दिलेल्या आशीर्वादाविषयी तिला समजलं. सुदर्शनाला प्रत्यक्ष कधीही न भेटताच तिला त्याच्याविषयी एक अनामिक आकर्षण जाणवू लागलं आणि ती त्याच्या प्रेमात पडली.

शशिकलेच्या पित्याने, म्हणजेच राजा सुबाहू याने तिचं स्वयंवर रचलं. देशोदेशीचे देखणे, कर्तबगार वीर पुरुष, राजेरजवाडे या स्वयंवरासाठी उपस्थित राहिले. 'त्या सर्वांमधून शशिकला आपला पती म्हणून कोणाची निवड करते याकडे सर्वांचं लक्ष लागलं होतं. पण शशिकलेने अचानक राजपुत्र सुदर्शन याच्याशीच

विवाह करण्यात आपल्याला स्वारस्य असून इतर कुणाशीही विवाह करण्याची आपली इच्छा नसल्याचं आपल्या पित्याला सांगितलं. तिचा तो निर्णय ऐकून तिचे आईवडील फारच अस्वस्थ झाले. सुदर्शन जरी राजपुत्र असला, तरी त्याच्याकडे ना राज्य होतं, ना कुणाचं पाठबळ. शिवाय त्याचा अत्यंत बलशाली सावत्रभाऊ राजा शत्रुजित हाच त्याचा कट्टर शत्रू होता. मग त्या दोघांनी शशिकलेची समजूत घातली– ''बाळे शशिकला, अगं तू हा वेडा हट्ट सोडून दे. तू तुझ्या भविष्याचा तरी विचार कर.''

पण शशिकलेचा निग्रह कायम होता. ती त्यापासून कणभरही विचलित झाली नाही. अखेर अत्यंत नाराजीने राजा सुबाहूने शशिकलेच्या स्वयंवरासाठी उपस्थित राहण्याचं सुदर्शनाला एका दूताकरवी निमंत्रण धाडलं. जरी सुदर्शनाला आपण स्वयंवराला बोलावलं असलं, तरीसुद्धा स्वयंवरासाठी उपस्थित राहणारा दुसरा कुणीतरी राजा शशिकलेचं मन जिंकेल अशी आशा तिच्या आईवडिलांना लागून राहिली होती.

शशिकलेच्या स्वयंवराला उपस्थित राहण्याचं निमंत्रण मिळताच सुदर्शन तिला भेटण्यासाठी अधीर झाला. पण आश्रमात त्याच्यासोबत राहणाऱ्या त्याच्या आईने– मनोरमा राणीने त्याला थांबवलं. ''बाळा, तू या स्वयंवराला खरंच नको जाऊ!'' ती म्हणाली, ''तुला खास राजदरबाराकडून निमंत्रण आलं आहे, याची मला कल्पना आहे. पण स्वयंवराला किती थोडे दिवस उरले आहेत बघ आणि त्यांनी तुला आत्ता निमंत्रण पाठवलंय. याचा अर्थच त्यांच्या दृष्टीने त्यांच्या कन्येचा वर होण्यास ते तुला पात्र समजत नाहीयेत. शिवाय तिथे शत्रुजितसुद्धा असेल हे नक्की. मी आधीच तुझ्या वडिलांना गमावून बसले आहे. आता मी तुला गमावू इच्छित नाही!''

त्यावर सुदर्शनाने स्मितहास्य केलं. ''माते, तू मुळीच काळजी करू नको. साक्षात देवी माझ्या पाठीशी आहे. मी योद्ध्यांच्या कुळात जन्म घेतला आहे, आणि तूही! भीती वाटणं अगदी स्वाभाविक आहे, पण म्हणून आपण आपला मार्ग सोडणं मुळीच योग्य नव्हे. आपण सतत पुढे जाण्याचा विचार केला पाहिजे.''

''पण तू माझा एकुलता एक मुलगा आहेस. माझ्या दृष्टीने तुझा जीव अमूल्य आहे,'' मनोरमा म्हणाली खरी. पण आपला मुलगा ही संधी मुळीच सोडणार नाही, याची तिला पूर्ण कल्पना होती. ''बरं,'' ती म्हणाली, ''तू जर हट्टच धरून बसला असशील, तर मीही तुझ्याबरोबर येते. आपण दोघं जाऊ.''

सुदर्शनाने तिची ही मागणी मान्य केली आणि आईने आणि मुलाने काशीच्या दिशेने कूच केलं.

ते जेव्हा राजा सुबाहूच्या राजवाड्यात जाऊन पोचले, तेव्हा राजाने त्यांचं अत्यंत प्रेमाने आणि आदरपूर्वक स्वागत करून त्यांचा यथोचित सन्मान केला.

दुसऱ्या दिवशी स्वयंवराच्या वेळी सुदर्शनाला त्याचा सावत्रभाऊ शत्रुजित भेटला. त्याच्या सोबत त्याचे आजोबा युधाजित हेसुद्धा होते. ‘‘तू इथे कशाला आला आहेस?’’ आपल्या मनातला द्वेष जराही न लपवता शत्रुजित सुदर्शनाला म्हणाला. ‘‘ही जागा तुझ्यासारख्यांनी येण्याची नाही. तुझ्यापाशी तुझी स्वत:ची सेनासुद्धा नाही.’’

एवढ्यात राजकन्या शशिकलेने हातात वरमाला घेऊन मंडपात प्रवेश केला. ती आपल्या आई-वडिलांना बाजूला घेऊन हलक्या स्वरात म्हणाली, ‘‘आज इथे या स्वयंवरासाठी देशोदेशीचे किती राजे महाराजे उपस्थित आहेत याची काही मला कल्पना नाही. पण माझा निर्णय झालेला आहे. मी विवाह करेन तर फक्त सुदर्शनाशीच.’’

राजा सुबाहू अगतिक झाला. आत्ता या क्षणी आपल्याला हा स्वयंवराचा सोहळा रद्द झाल्याचं घोषित करावं लागणार आहे, हे त्याला कळून चुकलं. मग त्याने मोठ्या आवाजात घोषणा केली, ‘‘माझ्या कन्येने, म्हणजेच राजकन्या शशिकलेने राजपुत्र सुदर्शनाला मनाने वरलं असून ती विवाह करेल तो केवळ त्याच्याशीच, असं तिने स्पष्टच सांगितलं आहे. त्यामुळे हा स्वयंवराचा सोहळा येथे संपन्न होऊ शकत नाही. परंतु तुम्ही सर्व जण आमचे सन्माननीय अतिथी असल्यामुळे तुम्ही आमच्याकडून मानसन्माचा आणि भेटवस्तूंचा स्वीकार करावा. आमच्या सोबत भोजन करून मगच आपापल्या राज्याच्या दिशेने प्रयाण करावं.’’

हे ऐकताच राजा युधाजित संतप्त झाला. ‘‘तुमच्या कन्येने जर सुदर्शनाला आधीच मनाने वरलं होतं, तर मग तुम्ही हा स्वयंवराचा घाट कशासाठी घातला? देशोदेशीच्या राजेरजवाड्यांना इथे येण्याचं निमंत्रण का दिलंत? आम्हा सर्वांचा हा अपमान आहे. मी हे कदापि सहन करणार नाही. मी आत्ता या मंडपातून तुमच्या कन्येचं अपहरण करून तिला घेऊन जाणार आहे आणि माझ्या नातवाशी तिचा विवाह लावून देणार आहे.’’

त्याचे ते शब्द ऐकून राजा सुबाहू भीतीने पांढराफटक पडला. राजा युधाजिताची बलशाली सेना आणि त्याचं शौर्य यापुढे आपला टिकाव लागू शकणार नाही, याची त्याला कल्पना होती. त्यामुळे तो आपल्या कन्येकडे वळून म्हणाला, ‘‘बाळा, तू आम्हाला या कुठल्या संकटात टाकलंस गं? मी तुला कळकळीची विनंती करतो. कृपा करून तू तुझा हा हट्ट सोड म्हणजे सगळं काही ठीक होईल.’’

‘‘पिताजी, तुमच्या या विनंतीला मी नम्रपणे नकार देत आहे. मला माझ्या निर्णयाप्रमाणेच वागायचं आहे.’’ राजकन्या शशिकला म्हणाली. त्यानंतर शांत मुद्रेने, जराही न घाबरता ती राजपुत्र सुदर्शनाच्या समोर जाऊन उभी राहिली आणि तिने हातातली वरमाला त्याच्या गळ्यात घातली. याचा अर्थ आता ती त्याच्याशी

विवाह करण्यास वचनबद्ध होती, हे तिने सर्व उपस्थितांना सूचित केलं.

त्याच क्षणी युधाजिताने आणि त्याच्या सैनिकांनी राजा सुबाहूविरुद्ध युद्ध पुकारलं आणि क्षणार्धात स्वयंवराच्या मंडपाला रणभूमीचं स्वरूप आलं. उपस्थितांपैकी काही युधाजिताच्या तर काही सुबाहूच्या बाजूने युद्धात उतरले. जणू काही हे युद्ध कधी संपणारच नाही असंच सर्वांना वाटू लागलं.

अचानक देवीमाता त्या ठिकाणी प्रकट झाली. ती व्याघ्रावर आरूढ होऊन आली होती. तिच्या अंगावर रक्तवर्णी वस्त्र आणि गळ्यात माला होती. तिच्या अनेक हातांमध्ये वेगवेगळी शस्त्रं होती.

यानंतर आपण काय केलं पाहिजे हे राजपुत्र सुदर्शनाला आपोआपच समजलं. त्याने आपला दैवी धनुष्यबाण हातात घेऊन चौफेर बाणांचा वर्षाव करण्यास सुरुवात केली.

देवीमातेचं दर्शन होताच अनेक सैनिकांनी आपली शस्त्रं जमिनीवर ठेवली. पण सुदर्शनाचा काटा काढण्याच्या इच्छेने राजा युधाजित बेभान झाला होता. त्यामुळे त्याने देवीमातेला ओळखलंसुद्धा नाही. त्याच्या मते ती एक सर्वसाधारण स्त्री होती. त्यामुळे तो आपल्या सैनिकांवर गरजला, "भ्याडांनो! तुम्ही एका स्त्रीला घाबरून दूर पळत आहात? जा त्या सुदर्शनाला वेढा घालून त्याचा वध करा!"

त्यावर किंचित हास्य करून देवीमातेने धनुष्यबाण हाती घेऊन युधाजित आणि शत्रुजित या दोघांचाही वध केला.

देवीमातेच्या या शक्तीची आणि न्यायप्रियतेची कथा सर्वदूर पसरली.

कालांतराने कौशल देशाचा राजा म्हणून सुदर्शनाचा राज्याभिषेक झाला. पण तो कामयच देवीमातेचा भक्त राहिला आणि वर्षातील एक दिवस त्याने देवीमातेची उपासना करण्यासाठी मुक्रर करून आपल्या राजधानीत त्या दिवशी देवीचा उत्सव साजरा करण्याची प्रथा सुरू केली.

फळाफुलांची देवता

कोणे एके काळी या जगतात रूरू नावाचा एक असुर राहत होता. तो हिरण्याक्षाच्या वंशातला होता. तो स्वत: त्रिमूर्तींचा निस्सीम भक्त असल्याने त्याने ब्रह्मदेवाला प्रसन्न करून घेण्यासाठी कठोर तपश्चर्या केली.

अखेर ब्रह्मदेवाने त्याच्यासमोर प्रकट होऊन त्याला विचारलं, "बोल वत्सा, तुझी काय इच्छा आहे?"

"तुम्ही मला एक आशीर्वाद द्या. तुम्ही कायम माझ्या कुटुंबीयांचं रक्षण करावं, असं वरदान मी तुमच्यापाशी मागत आहे."

"तथास्तु," असं म्हणून ब्रह्मदेव मंदस्मित करून अंतर्धान पावला.

असाच पुष्कळ काळ लोटला. यथावकाश रूरूचा पुत्र दुर्गमासुर हा राजा बनला. हा अत्यंत बलशाली, महत्त्वाकांक्षी आणि बुद्धिमान होता. असुरांचे गुरू शुक्राचार्य ऋषींनी दुर्गमासुराला ब्रह्मदेवाची उपासना करण्यास सांगितलं. यापूर्वी ज्या ज्या असुरांनी तप करून देवदेवतांना प्रसन्न करून घेतलं होतं, त्यांनी अत्यंत मूर्खपणाचं वरदान देवांकडे मागितल्याचं शुक्राचार्यांना माहीत होतं. म्हणून ते दुर्गमासुराला म्हणाले, "जे काही वरदान मागशील ते पूर्ण विचार करून, काळजीपूर्वक माग."

दुर्गमासुराने तपश्चर्येला प्रारंभ करण्यापूर्वी आपले गुरू शुक्राचार्य यांचा उपदेश लक्षपूर्वक ऐकून घेतला. त्यानंतर पुढची कित्येक वर्षं त्याने अत्यंत खडतर तपश्चर्या केली. अखेर ब्रह्मदेव त्याच्यावर प्रसन्न होऊन त्याच्यासमोर प्रकट होत म्हणाला, "भक्ता, तुला माझ्याकडून काय हवं आहे?"

दुर्गमासुर वेदांचं आणि यज्ञयागाचं महत्त्व जाणून होता. शिवाय आपल्या

पूर्वजांनी केलेली चूक आपण करायची नाही, देवाकडे कधीच अमरत्व प्राप्त होण्याची मागणी करायची नाही, हे त्याने मनोमन ठरवलं होतं. त्यामुळे तो म्हणाला, "हे ब्रह्मदेवा, चारही वेद तुम्हीच निर्माण केले आहेत. तर कृपया त्या सर्व वेदांचा मालकीहक्क तुम्ही माझ्याकडे सुपूर्द करा."

ब्रह्मदेवाने ते मान्य करून दुर्गमासुराला आशीर्वाद दिले.

एकदा वेद स्वत:च्या ताब्यात आल्यावर ते त्याने पाताळात नेऊन दडवून ठेवले. पाताळ हा तिन्ही लोकांमधील सर्वांत खालचा प्रदेश. त्याच्या या कृत्यामुळे भविष्यकाळातील गुरू, ऋषी, महर्षी या सर्वांनाच वेदातील ज्ञानापासून वंचित राहावं लागणार होतं. कोणालाही त्या वेदांचा उपयोग करून घेता येणार नव्हता. यज्ञयाग करता येणार नव्हते. त्यामुळे जसजसे दिवस जाऊ लागले, तसतसं यज्ञयागांचं प्रमाण घटू लागलं. स्वर्गातील देवदेतांना प्रसन्न करण्यासाठी यज्ञातील अग्नीमध्ये जे धनधान्याचं हवन होत असे, तेही आता हळूहळू कमी झालं. असाच आणखी काही काळ लोटल्यावर तर यज्ञयागांची प्रथाच नामशेष झाली. परिणामी देवदेवता आणि मनुष्यप्राण्यांमधील संपर्क तुटत चालला, देवांचं पृथ्वीतलावरचं आधिपत्य संपुष्टात येण्याची लक्षणं दिसू लागली आणि देव कमजोर होऊ लागले.

त्यांची शक्ती क्षीण होऊ लागली.

अशाप्रकारे देवांची शक्ती क्षीण झाली की आपण अधिकाधिक बलशाली होत जाणार याची दुर्गमासुराला पूर्ण कल्पना होती. त्यामुळे त्याने हळूहळू पृथ्वीवर राहणाऱ्या माणसांचा आणि इतर प्राणिमात्रांचा छळ आरंभला.

पर्जन्यदेवता वरुण, हा अत्यंत क्षीण बनला त्यामुळे त्याला पृथ्वीवर पर्जन्यवृष्टी करणं अशक्य होऊन बसलं. पृथ्वीवरील पाण्याचे साठे कोरडे होऊन गेले. भूतलावर दुष्काळाने थैमान घातलं. अन्नपाण्याअभावी जनावरांचा मृत्यू होऊ लागला. स्त्री, पुरुष आणि मुलंसुद्धा तहानभुकेने व्याकूळ झाली.

परंतु दुर्गमासुराला काही त्यांची कणव येत नव्हती किंवा त्याला आपल्या कृत्याचा पश्चात्तापसुद्धा होत नव्हता. एक राजा म्हणून अजूनही तो आपल्या प्रजेकडून अन्नधान्य, पाणी आणि इतर सर्व काही लुबाडून घेत होता. आपल्या प्रजेला कोणत्या हालांत आणि जाचक परिस्थितीत जीवन कंठावं लागतंय त्याचं काहीच देणं-घेणं नव्हतं. त्याउलट या संधीचा गैरफायदा घेऊन त्याने सरळ स्वर्गावर स्वारी केली. त्याने इंद्राचं आसन काबीज करून स्वत: देवांचा राजा असल्याचं घोषित करून सर्व देवदेवतांना आपलं गुलाम बनवलं. त्यात पर्जन्यराज वरुणाचाही समावेश होता.

परंतु त्रिमूर्तींनी दुर्गमासुराच्या वडिलांना त्यांच्या कुटुंबीयांचं नेहमी संरक्षण करण्याचं वचन दिलं होतं. त्यामुळे देवांना खूपच असहाय वाटू लागलं. आपण

वेदांचा मालकीहक्क दुर्गमासुराकडे सोपवल्याचे इतके भयंकर परिणाम होतील, यज्ञयागांची समाप्ती होऊन स्वर्गस्थ देव कमजोर होतील आणि पृथ्वीवर प्राणिमात्र दुष्काळग्रस्त होऊन यातना भोगू लागतील याची दुर्गमासुराला ते वरदान देण्यापूर्वी ब्रह्मदेवाला अजिबात कल्पना नव्हती.

दुर्गमासुर आता यानंतर नेमकं काय करणार हे कळत नसल्यामुळे देवांना आणि मनुष्यप्राण्यांना त्याची फारच भीती वाटू लागली. त्यामुळे ब्रह्मदेव आणि श्रीविष्णू या दोघांनी शंकराकडे धाव घेतली. आणि दुर्गमासुराचा त्रास थांबवण्याच्या कामी त्याच्याकडे साहाय्य मागितलं.

परंतु शंकर मात्र शांत होता. तो म्हणाला, "आपण त्रिमूर्तींनी रूरूच्या कुटुंबीयांचं रक्षण करण्याचं वचन दिलेलं असल्यामुळे आपण या दुर्गमासुराचं काहीच वाकडं करू शकत नाही. परंतु एक व्यक्ती या बाबतीत आपल्याला मदत करू शकते. ती म्हणजे माझी पत्नी पार्वती. विचार आणि आचार या दोन्ही बाबतीत ती माझ्यापासून स्वतंत्र आहे. आपण जरी त्याच्या कुटुंबाचं रक्षण करण्यासाठी बांधील असलो, तरी आपण पार्वतीची मदत घेऊ शकतो. ती अत्यंत शूर अशी वीरांगना असून ती तिच्या शत्रूंचा संहार अगदी लीलया करू शकेल."

देवदेवतांनी आणि मनुष्यप्राण्यांनी पार्वती देवीला वारंवार साकडं घालून तिची करुणा भाकल्यावर ती सिंहावर स्वार होऊन पृथ्वीतलावर आली. तिच्या सोळा हातांमध्ये सोळा अस्त्रं होती. पृथ्वीवरील धान्याची आणि फळाफुलांची कमतरता आणि मृत पशूंचे तसंच मानवी मृतदेहांचे ढीग सर्वत्र साचलेले पाहून, सर्वत्र दुष्काळाचं साम्राज्य पसरलेलं पाहून तिच्या मातेच्या हृदयाला पाझर फुटला. तिचे डोळे भरून आले आणि घळाघळा अश्रू वाहू लागले. या अश्रूंचा स्पर्श जमिनीला होताच त्यांच्या खळाळत्या नद्या तयार झाल्या. आपल्या नेत्रातून सांडलेल्या अश्रूंच्या नद्या होत असल्याचं जेव्हा पार्वतीमातेच्या लक्षात आलं, तेव्हा तिने आपल्या देहावर सर्वत्र नेत्र उघडले. त्यावरूनच तिला पुढे शताक्षी हे नाव पडलं– शताक्षी म्हणजे शंभर नेत्र असलेली.

काही दिवसांत पृथ्वीवर मुबलक पाण्याचे साठे तयार झाले. परंतु जीवनचक्र सुरू राहण्यासाठी जे वृक्ष लागतात, तेच नव्हते. हा प्रश्न कसा सोडवायचा, याचा पार्वतीने खूप विचार केला. पावसाचं पाणी हे सर्वांत शुद्ध पाणी असून त्यावर धान्य, फळं, फुलं फार जोमाने वाढतात, याची तिला कल्पना होती.

त्यामुळे ती दुर्गमासुराच्या शोधात निघाली. ती कोण आहे, याची अजिबात कल्पना नसल्यामुळे दुर्गमासुर तिला पाहून तिच्यावर भाळला. तिच्या अद्वितीय लावण्याची त्याच्या मोहिनी पडली. तो तिला म्हणाला, "हे सुंदरी, तुला माझ्याकडून काय हवं? तुला जे काही पाहिजे ते द्यायला मी तयार आहे. तू कशाच्या शोधात

आहेस?''

"तू वेदांवरचा हक्क सोडून यज्ञयाग पुन्हा सुरू कर. म्हणजे वरुणाला पृथ्वीवर पाऊस पाडता येईल. पिकं फक्त पावसाच्याच पाण्यावर वाढू शकतात. नद्यांच्या पाण्याचा जरी थोडाफार उपयोग होत असला, तरी पाऊस मात्र अत्यावश्यक आहे.''

"हे लावण्यवती स्त्रिये, मी हे सर्वकाही करायला तयार आहे. पण माझी फक्त एकच अट आहे. तू माझ्याशी विवाह कर.''

"मी शिवाची पत्नी आणि या विश्वाची माता आहे, हे तुला ठाऊक नाही का? तुला 'प्रेम' या शब्दाचा अर्थ तरी कळतो का?'' पार्वती म्हणाली. "बाळा, तू फार दुष्कृत्यं केली आहेस. तू तुझा हा दुराचार थांबव. एक लक्षात घे, या जगात शांतता नांदणं अत्यंत महत्त्वाचं आहे.''

परंतु दुर्गमासुराने तिच्या बोलण्याला काहीच किंमत दिली नाही. तो म्हणाला, "तू शिवपत्नी आहेस ही तर फारच चांगली गोष्ट आहे. परंतु मी एक सांगू का? कैलास पर्वतासारख्या दुर्गम ठिकाणी जाऊन राहणाऱ्या तुझ्या त्या बैरागी पतीला तू सोडू दे. तू माझी राणी हो आणि मी जन्मभर तुझा दास होऊन राहीन.''

त्याचे ते उद्दाम शब्द ऐकून पार्वतीचा संताप अनावर झाला. पृथ्वीवर हे जे काही चाललं होतं ते स्वर्गस्थ देव अत्यंत घाबरून पाहत होते. पार्वती म्हणाली, "खरंतर तुला समजावून सांगण्यात काही एक अर्थ नाही. त्यामुळे आता यावर फक्त एकच उपाय आहे. तुझा अंत आता लवकरच घडून आला पाहिजे. कदाचित तुझ्या नशिबात तेच वाढून ठेवलं असेल आणि म्हणूनच हे असे अपशब्द तुझ्या मुखातून बाहेर पडत आहेत. चल, माझ्याशी दोन हात कर.''

त्यावर दुर्गमासुर मोठ्यांदा हसला. तिच्याशी युद्ध करण्याचा विचारच त्याला हास्यास्पद वाटत होता. तो म्हणाला, "अगं काहीतरीच काय बोलतेस? तुझ्यासारखी नाजूक, सुंदर स्त्री माझ्यासारख्या महाबलशाली राक्षसाचा कसा काय पाडाव करू शकेल?''

पण पार्वती माघार घेण्यास तयार नव्हती. मग त्या दोघांमध्ये घनघोर लढाई झाली. पार्वती आता संतप्त झाली होती. तिने उग्र अवतार धारण केला होता. तिने आपली सर्व शस्त्रं वापरून, सर्व बुद्धिचातुर्य पणाला लावून अखेर दुर्गमासुराचा वध केला.

जरा वेळात पार्वती नेहमीसारखी शांत झाली. दुर्गमासुराच्या मृत्यूची बातमी कळताच सर्व देव आणि मनुष्यप्राणी तिचे आभार मानण्यासाठी तिथे आले होते. ती म्हणाली, "मी जे रूप धारण करून त्या दुर्गमासुराचा वध केला, त्या रूपाला दुर्गा असं म्हणण्यात येईल. या जगताला वाचवण्यासाठी आता मी बी-बियाणं देते.

वरुणराजा पाऊस पाडेल. तुम्ही शेती करा, धान्य पिकवा, फळं, फुलं, भाजीपाला पिकवा. आयुष्याला नव्याने सुरुवात करा. त्यासाठी तुम्ही माझी माझ्या शाकंभरीच्या रूपात आराधना करा. मी जेव्हा या रूपात असेन, तेव्हा तुम्ही मला कोणतेही दागदागिने, जडजवाहीर अर्पण करू नका. तुम्ही माझी फक्त फळाफुलांनी पूजा करा. मी आता इथे एक सुंदर बगिचा तयार करणार आहे. यात सदाहरित वनस्पती, आणि बारा महिने उगवणारा भाजीपाला असेल. माझ्या या रूपात मला तुम्ही सर्व जण बाणशंकरी म्हणून ओळखाल, माझी पूजा करताना मला तुम्ही नेहमी हिरवी पर्णवस्त्रं अर्पण कराल.''

सध्या उत्तर कर्नाटकातील बागलकोट जिल्ह्यात बाणशंकरीचं मंदिर असून तिथे जी पार्वतीची मूर्ती आहे, तिच्या चेहऱ्यावर किंचित हसू आहे. तिला सोळा हात असून ती सिंहावर आरूढ झाली आहे. नवरात्रीच्या काळात हिच्या मूर्तीवर लिंबू, मिरच्या, वांगी, नागवेलीची पानं आणि इतर भाजीपाल्यापासून बनवलेल्या माळा चढवतात. त्यातल्या एका दिवशी तिला फक्त उकडलेल्या १०८ भाज्यांचा नैवेद्य दाखवण्यात येतो. एकशेआठ हा आकडा आपल्याकडे पवित्र मानण्यात आला आहे.

स्वर्गाच्या वाटेवर

पंडू राजाचा मृत्यू झाल्यावर त्याची विधवा पत्नी कुंती आपल्या पाच पुत्रांना, म्हणजेच पांडवांना घेऊन हस्तिनापूरचा राजा आणि पंडूचा सावत्र भाऊ असलेला धृतराष्ट्र, त्याची पत्नी गांधारी आणि त्यांची १०० मुलं म्हणजेच कौरव यांच्या समवेत राहण्यासाठी हस्तिनापूरला गेली.

कुंतीला पृथा या नावाने सुद्धा ओळखतात. आपल्या मुलांना पिता नाही आणि राज्यसुद्धा नाही त्यामुळे आपले पुत्र हे केवळ नावापुरतेच राजपुत्र आहेत असं कुंतीला नेहमी वाटायचं. असाच काही काळ लोटला. आपण आपल्या दिराच्या घरी भार बनून राहिलो आहोत, आपण इथे कुणालाच नको आहोत, असं कुंतीला सतत वाटायचं.

एक दिवस नारदमुनी भ्रमंती करतकरत तिकडे आले. तिथे कुंती आणि गांधारी गप्पा मारत बसल्या होत्या. नारदमुनी म्हणाले, "तुम्ही कोणत्या विषयावर बोलताय?"

"आमच्या मुलांच्या भविष्याविषयी." गांधारी म्हणाली.

"तसं असेल तर तुम्ही पार्वती देवीची आराधना करा. कारण ती आपल्या सर्वांचीच माता आहे." नारद म्हणाले.

"पार्वतीदेवीच्या शक्तीविषयी मी जाणून आहे. पण आमच्या मुलांसाठी आम्ही तिची प्रार्थना कशी काय करायची?" कुंती म्हणाली.

"तुम्ही गजगौरी पूजन करा. पण ही पूजा भाद्रपद महिन्यातच करावी लागते. पावसाळ्याच्या शेवटी आणि गणेशोत्सवाच्या आधी ही पूजा करतात."

"या पूजेसाठी नेमकं काय करावं लागतं?" कुंती म्हणाली.

"तुम्ही पार्वतीला तुमच्या घरी येण्याचं निमंत्रण द्या. शक्य झालं तर तुमच्या

कुटुंबीयांना सुद्धा बोलवा. पण तिने हत्तीवर बसूनच आलं पाहिजे. ते शक्य नसेल, तर तुम्ही एक हत्ती आणून त्यावर पार्वतीची मूर्ती स्थापन करा. तिला वस्त्रं, भांडीकुंडी आणि फुलं अर्पण करा. तिची प्रार्थना करा आणि तिने तुमच्या मुलाबाळांचं संरक्षण करावं म्हणून तिची प्रार्थना करा.''

एवढ बोलून नारदमुनींनी कुंतीचा आणि गांधारीचा निरोप घेतला.

कुंती आपल्या कक्षात परत आली ती चिंतित होऊनच. ती मनात विचार करू लागली, 'गांधारी ही तर राणी आहे. तिला शंभर मुलं आहेत. खराखुरा हत्ती आणणं तिला सहज शक्य आहे. ती आपल्या सर्व मुलांना एकएक काम वाटून देऊन ही पूजा अगदी थाटामाटात पार पाडेल. परंतु माझ्या नशिबात काही हे स्वातंत्र्य नाही, एवढी सत्ता नाही. शिवाय मला केवळ पाचच मुलं आहेत. मग मी काय करावं?'

इकडे गांधारीपण आपल्या महालात बसून विचार करत होती. 'या खास पूजेसाठी मी कुंतीला निमंत्रण देता कामा नये. तिच्याकडे पूजेसाठी लागणारी काहीच साधनसामग्री नाही. मी जेव्हा थाटामाटात ही पूजा करत असेन, तेव्हा तिला तिच्या गतवैभवाची आठवण होईल, ती एके काळी राणी असताना कशी राहत होती, त्याची आठवण होईल. त्यामुळे ती अधिकच दुःखी होईल. मला काही तिच्या दुःखाला कारणीभूत व्हायचं नाही.'

मग गांधारीने खराखुरा हत्ती मागवून घेऊन पूजेला प्रारंभ केला. तिने हत्तीच्या पाठीवर पार्वतीदेवीच्या मूर्तीची प्रतिष्ठापना केली आणि नानाविध प्रकारची फळं, मिठाया, वस्त्रं प्रावरणं देवीला अर्पण केली.

गांधारीच्या या पूजेची वार्ता कुंतीच्या कानी पडताच ती व्यथित झाली. 'गांधारीने मला पूजेसाठी निमंत्रण दिलं नाही, कारण मी आता राणी नाही त्यामुळे तिच्या सहवासाला मी पात्र नाही, असंच तिला वाटलं असणार,' ती स्वतःशीच म्हणाली.

कुंतीच्या मुलांनी आपल्या आईची ही दुःखी, उदास मनःस्थिती पाहून तिला विचारलं, "माते, तुला काय झालं? तू अशी दुःखीकष्टी का दिसते आहेस?''

"आज गांधारीने आपल्या शंभर मुलांच्या भविष्यासाठी गजगौरी पूजन केलं. तिच्या मदतीला तिचे सगळे पुत्र आहेत. पण तिने मला काही या पूजेला निमंत्रण धाडलं नाही. मला पूजेविषयी साधं सांगितलंसुद्धा नाही. खरंतर ही पूजा मला पण करायची आहे. पण आपली ही परिस्थिती अशी. मग मी पूजा कशी काय करणार?''

"माते तुझ्या पाच पुत्रांची ताकद ही शंभर पुरुषांच्या ताकदीला पुरी पडेल इतकी आहे,'' अर्जुन म्हणाला. "गांधारी मातेने पूजेसाठी खराखुरा हत्ती मागवला ना? मग मी तर तुला इंद्रदेवांच्या दरबारातून त्यांचा ऐरावत आणून देतो. इतकंच

नव्हे, तर मी खुद्द माता पार्वतीलाच आपल्याकडे घेऊन येतो. मग तू तिची पूजा कर.''

''पण बाळा, तू हे सगळं कसं काय करशील?'' कुंती म्हणाली.

''त्याची चिंता तू मुळीच करू नको माते.'' असं म्हणून अर्जुन धनुष्यबाण घेऊन बाहेर पडला. तो हस्तिनापूर शहराच्या बाहेर गेला. तिथे एक मोकळी जागा पाहून तो थांबला. मग त्याने आकाशाच्या दिशेने शेकडो बाण सोडून त्या बाणांचा एक जिना तयार केला. जिना तयार होताच त्यावरून चढून अर्जुन थेट इंद्राच्या दरबारात जाऊन पोचला.

इंद्राच्या दरबारात बसलेले देव एक मनुष्य इथपर्यंत येऊन पोचला आहे हे पाहून चिंतित झाले. अशाप्रकारे कुणीही त्यांच्यापर्यंत पोचून त्यांची धनसंपत्ती हिसकावून घेऊ शकेल, अशी भीती त्यांना वाटू लागली.

अर्जुन त्या सर्वांकडे पाहून म्हणाला, ''आदरणीय देव-देवतांनो, मला इंद्रदेवांना भेटायचं आहे.''

इंद्राने महापराक्रमी अर्जुनाला ओळखलं. तो म्हणाला, ''प्रिय अर्जुना, तुला काय हवं आहे? तुला जे काही हवं आहे ते मी तुला देईन. पण तू एक कर. तू इथून गेल्यानंतर आधी तो जिना पाडून टाक. तू एक चारित्र्यसंपन्न माणूस आहेस. पण खाली पृथ्वीतलावर राहणारे सगळे काही तुझ्यासारखे नाहीत. कुणी नीच, अधम वृत्तीच्या व्यक्तींनी इथे स्वर्गात यावं, अशी आमची मुळीच इच्छा नाही.''

अर्जुन मान तुकवून अभिवादन करत विनम्रपणे म्हणाला, ''माझ्या मातेची गजगौरी पूजन करण्याची इच्छा आहे. त्यासाठी तिला गजराजाची गरज आहे, तर मी तुमच्या ऐरावताला पुजेपुरता घेऊन जाऊ का?''

''अर्थातच घेऊन जा. तू बांधलेल्या त्या बाणांच्या भक्कम जिन्यावरून तू त्याला खाली घेऊन जा.'' इंद्र म्हणाला.

''आणि पूजेसाठी आवश्यक असणारी इतर साधनसामग्रीपण मला हवी आहे.''

''तुला जे काय पाहिजे ते घेऊन जा.'' इंद्र म्हणाला.

''माझी आणखी एक विनंती आहे,'' अर्जुन म्हणाला. ''तुम्ही शंकर-पार्वती यांच्याशी बोलून माझ्या वतीने या पूजेसाठी पृथ्वीवर येण्याचं निमंत्रण त्यांना द्याल का?''

इंद्र स्मितहास्य करून म्हणाला, ''हो, देईन.''

मग अर्जुन ऐरावताला घेऊन, तसंच गजगौरी पूजनासाठी लागणारं सर्व साहित्य घेऊन खाली पृथ्वीवर आला. पूजेच्या मंगलसमयी स्वतः पार्वतीदेवी आपले पती शंकर यांच्यासह आणि त्यांच्या गणांसह कुंतीकडे आली. ती ऐरावतावर

आरूढ झाली. कुंतीने अतिशय मनापासून तिची पूजा केली.

पूजा समाप्त होताच पार्वतीने कुंतीला आशीर्वाद दिला. ''या पृथ्वीवर जेव्हा धर्म, न्याय आणि सत्कृत्य यांविषयी बोलणं निघेल, तेव्हा तेव्हा लोकांना तुझ्या पुत्रांची आठवण येईल. तुझी मनोकामना पूर्ण करण्यासाठी तुझा हा महापराक्रमी पुत्र थेट स्वर्गात आला. त्या अर्जुनाला इथून पुढे सर्व जण पृथेचा पुत्र पार्थ म्हणून ओळखतील.''

आजही कर्नाटकामध्ये आपल्या मुलाबाळांच्या कल्याणासाठी गजगौरीची पूजा करतात. ही पूजा सोळा दिवस करायची असते. रोज वेगळ्या पदार्थांचा नैवेद्य दाखवण्यात येतो. ही पूजा कोणा एका जमातीनेच करावी असं काही बंधन नाही, तसंच यात फार काही विधी किंवा उपचारही नसतात. फक्त श्रद्धेची आणि भक्तीची आवश्यकता असते. अर्थातच आजच्या काळात या पूजेसाठी खराखुरा हत्ती आणणं शक्य नसल्यामुळे चिकणमातीचा हत्ती बनवून त्यावर पार्वतीदेवीच्या मूर्तीची स्थापना करण्यात येते.

स्त्रीशी युद्ध

कोणे एके काळी या जगात दोन असुर भाऊ राहत होते. शुंभ आणि निशुंभ. ते शंभासुर नावाच्या दुष्ट राक्षसाचे पुत्र होते.

त्या दोन्ही भावांनी पुष्कर नावाच्या ठिकाणी ब्रह्मदेवाला प्रसन्न करण्यासाठी अत्यंत कठोर तपश्चर्या सुरू केली. अशी अनेक वर्षं गेली. अखेर एक दिवस या तपश्चर्येला फळ येऊन ब्रह्मदेव त्यांच्यासमोर प्रकट झाला. "भक्तांनो, सांगा. तुम्हाला मी काय वर देऊ?" ब्रह्मदेव म्हणाला.

ब्रह्मदेवाने हा प्रश्न विचारल्यावर त्याला काय मागायचं, ते या दोन्ही भावांचं ठरलेलंच होतं. ते म्हणाले, "देवा, आम्हाला कोणत्याही जाती-प्रजातीच्या नराच्या हातून मरण येऊ नये– मनुष्य, पक्षी, प्राणी अथवा देव यापैकी कोणत्याही नराकडून आमची हत्या होऊ नये, असं वरदान आम्हाला द्या."

ब्रह्मदेव स्मितहास्य करून म्हणाला, "तथास्तु."

ते ऐकून त्या भावांचा आनंद तर गगनात मावेना. हे वरदान म्हणजे जवळ जवळ अमरत्वाचंच वरदान लाभल्यासारखं होतं. कोणतीही स्त्री आपली हत्या करण्याएवढी शक्तिशाली असू शकेल, असा विचारसुद्धा त्या दोघा भावांच्या मनाला शिवला नाही.

शुंभ हा भूतलावरचा राजा होता. हे वरदान प्राप्त होताच दोन्ही भावांच्या वर्तणुकीत जमीनअस्मानाचा फरक पडला. त्यांचं वागणं सर्वांनाच असह्य वाटू लागलं.

तारक नावाचा असुर जिवंत असताना हे दोघेही त्याच्या सेनेचे सेनापती होते. तेव्हासुद्धा ते अत्यंत दुराचारी होतेच. परंतु आता तर त्यांच्या दुराचाराला पारावारच उरला नाही. शुंभ आणि निशुंभ या दोघांचे साहाय्यक दोन शूर वीर होते. त्यांची नावे

चंड आणि मुंड. या दोन भावांची सेवा करणं हाच त्यांच्या जीवनाचा उद्देश होता. काही काळातच या शुंभनिशुंभांची कृष्णकृत्यं इतकी वाढली की त्यांच्या राज्यातील सामान्य जनतेचं जगणं कठीण होऊन बसलं.

एक दिवस या भावांचे साहाय्यक चंड आणि मुंड रानातून भटकंती करत असताना एक अद्वितीय लावण्यवती स्त्री त्यांच्या नजरेस पडली. त्यांनी ती वार्ता ताबडतोब शुंभाच्या कानावर घातली. ती स्त्री शुंभाची राणी होण्याच्या पात्रतेची असल्याची त्यांनी शुंभाकडे ग्वाही दिली.

शुंभाचा आपले साहाय्यक चंड आणि मुंड यांच्या बोलण्यावर लगेच विश्वास बसला आणि त्याने आपल्या दूतांकरवी त्या तरुणीकडे खलिता पाठवला. त्या खलित्यात त्याने तिच्यापुढे लग्नाचा प्रस्ताव मांडला होता.

ती अद्वितीय लावण्यवती म्हणजे साक्षात देवी पार्वतीच स्त्रीरूप घेऊन पृथ्वीवर आली होती. तिने तो प्रस्ताव अर्थातच नाकारला. तिने त्यांना असा निरोप पाठवला, ''मी एक शपथ घेतली आहे. जो वीर माझ्याशी युद्ध करून त्या युद्धात मला हरवेल, त्याच्याशीच मी विवाहबद्ध होईन. त्यामुळेच तुमच्या राजाच्या प्रस्तावाचा मी स्वीकार करू शकत नाही.''

तिचा निरोप ऐकून शुंभ अजिबात निराश झाला नाही. उलट त्याने तिचं मन वळवण्यासाठी आपल्या खास विश्वासातल्या मंत्र्यांना तिच्याकडे पाठवलं. पण ते सगळे हात हलवत परत आले. तिचा हट्ट कायमच होता. ते तिचं मन वळवू शकले नव्हते.

अखेर राजा शुंभाने त्या स्त्रीला पकडून आणण्यासाठी आपली साठ हजार सैनिकांची सेना पाठवली. परंतु देवी पार्वतीने व्याघ्रावर आरूढ होऊन आपल्या अनेक हातांमधली नानाविध शस्त्रं परजून त्या सर्वच्या सर्व सैनिकांना यमसदनाला पाठवलं. त्या युद्धात चंड आणि मुंड हे दोघेही मारले गेले.

आपल्या खास विश्वासातल्या या दोन सहकाऱ्यांचा असा मृत्यू होणं हे शुंभ आणि निशुंभ या असुरांसाठी फार धक्कादायक होतं. ''या स्त्रीने आमच्या सर्व सेनेचा नि:पात केला आणि आमच्या खास विश्वासातल्या या दोन्ही सहकाऱ्यांना सुद्धा मारलं? तिची ही हिम्मत?'' शुंभ कडाडला. आता स्वत:च लढायला जाऊन तिच्याशी दोन हात करायचे, असं त्यांनी ठरवलं. त्यांनी ब्रह्मदेवाकडून जे वरदान मिळवलं होतं, त्याचा त्यांना विसर पडला होता.

जसं त्यांच्या प्राक्तनात लिहिलेलं होतं, तसंच घडलं. देवी पार्वती सर्व शक्तीनिशी त्या दोन असुरांशी लढली आणि तिने त्यांची मुंडकी धडावेगळी केली. त्या दुष्ट राजांची राजवट अखेर संपुष्टात येऊन त्यांचे प्रजानन सुखी झाले.

ब्रह्मदेवाने दिलेलं वरदान खरंच ठरलं– त्या दोन्ही भावांचा मृत्यू एका स्त्रीच्याच हातून झाला, कोणत्याही जाती-प्रजातीच्या नराकडून नव्हे.

रणरागिणी

रंभ आणि करंभ हे दोन असुर होते. आपल्याला काहीतरी विलक्षण शक्ती प्राप्त व्हावी अशी त्यांची तीव्र इच्छा होती. त्यासाठी त्यांनी ध्यानधारणा आणि अग्निदेवाची तसेच पर्जन्यदेव वरुणाची मनोभावे प्रार्थना सुरू केली. त्यासाठी रंभ हा धगधगत्या आगीत जाऊन राहू लागला आणि अग्नीची आराधना करू लागला तर करंभ हा नदीच्या पात्रात खोलवर जाऊन राहिला आणि वरुणदेवाची आराधना करू लागला.

त्यांच्या या कठोर तपश्चर्येची वार्ता देवांचा राजा असलेल्या इंद्रदेवाच्या कानावर पडताच तो चिंताग्रस्त झाला. या असुरबंधूंनी अशी तपश्चर्या करून समजा जर काही वरदान मागून घेतलं आणि त्याचा देवांच्या विरोधात वापर केला, तर काय करायचं, या कल्पनेने तो अस्वस्थ झाला. काहीतरी करून या दोघांच्या तपश्चर्येचा भंग केलाच पाहिजे, असा त्याने निश्चय केला.

त्याविषयी जरा वेळ विचार केल्यानंतर स्वत: इंद्रदेवानेच मगरीचं रूप घेऊन करंभ जिथे तप करत उभा होता त्या नदीच्या पात्रात शिरून करंभावर हल्ला चढवला. त्याने करंभाला जागच्या जागी ठार मारलं. त्यानंतर इंद्रदेवाने रंभावर हल्ला चढवून त्यालासुद्धा मारण्याचा प्रयत्न केला. परंतु अग्निदेवाच्या कृपेमुळे त्या असुराची सुटका झाली. त्याचा जीव वाचला.

त्यानंतर बराच काळ लोटला. असुरांचा राजा म्हणून रंभाचा राज्याभिषेक झाला. काही दिवसांतच त्याला पुत्रप्राप्ती झाली. त्याने त्या पुत्राचं नाव महिषासुर ठेवलं. महिषासुर म्हणजे रेड्याचं मस्तक असलेला असुर. त्याचा अर्थ तो राजपुत्र एखाद्या रेड्यासारखा बलशाली होईल, असा होता.

महिषासुर जसा वयाने मोठा झाला, तशी त्याला आपल्या काकांचा मृत्यू

नेमका कसा ओढवला याची हकिकत कळली. त्यामुळे त्याला इंद्रदेवाचा फार राग आला. देवांच्या या राजाविरुद्ध युद्ध पुकारण्यासाठी तो योग्य वेळेची प्रतीक्षा करू लागला.

त्याच वेळी एकीकडे त्याने ब्रह्मदेवाची तपश्चर्यापण सुरू केली. स्वत:ला अमरत्व प्राप्त व्हावे, म्हणून त्याची ही धडपड चालली होती. परंतु ब्रह्मदेव त्याला अमरत्वाचे वरदान काही देऊ शकत नव्हता, त्यामुळे त्याने महिषासुराला एक दुसरंच वरदान दिलं. ''महिषासुरा, तुझा मृत्यू हा केवळ एका स्त्रीच्या हातूनच घडून येऊ शकतो.'' ब्रह्मदेव म्हणाला.

ते ऐकून महिषासुराला आनंद झाला. ''माझ्यासारख्या बलशाली असुराला एखादी स्त्री मारू शकेल? अशक्यच आहे ते!'' तो स्वत:शी म्हणाला, आणि उद्दामपणे हसला.

योग्य संधी मिळताच महिषासुराने देवांचा राजा इंद्राविरुद्ध युद्ध पुकारलं. स्वर्गातील सेनेला काही महिषासुराचा पाडाव करणं जमलं नाही. सर्व देवदेवतांना महिषासुराने त्यांच्या घरातून म्हणजेच स्वर्गातून बाहेर काढलं. मग ते सर्व देव एकत्र जमले. आता या महिषासुराचं काहीतरी केलंच पाहिजे असं ठरवून ते विचारविनिमय करू लागले. अखेर महिषासुराचा अंत करण्याचं त्यांनी ठरवलं. परंतु महिषासुराचा अंत कोणत्याही पुरुषाच्या हातून होणं शक्य नव्हतं, कारण त्याला साक्षात ब्रह्मदेवाचं वरदान होतं.

त्यामुळे सर्व देवांनी मिळून एक योजना आखली. त्रिमूर्तींचा आशीर्वाद घेऊन आणि सर्व देवदेवतांच्या अंगची शक्ती एकत्र करून त्यांनी महिषासुराचा अंत करण्यासाठी एक दैवी शक्ती तयार केली. पार्वती देवीचं रूप असलेली ही शक्ती होती. तिला असंख्य बाहू होते आणि काळेभोर लांबसडक केस होते.

पार्वतीदेवीच्या या अवताराला देवांनी एक लाल वस्त्र, सुवर्णालंकार आणि सुंदर रत्नजडित मुकुटही अर्पण केले. ते सर्व लेवून ती दैवी शक्ती जेव्हा तयार झाली, तेव्हा ब्रह्मदेव तिला म्हणाले, ''तुला सर्व जण रणरागिणी दुर्गा म्हणून ओळखतील.'' त्यानंतर या दुर्गेला तिचं मुख्य वाहन म्हणून एक व्याघ्र देण्यात आला. प्रत्येक देवाने आपल्या जवळील एक एक अस्त्र तिला बहाल केलं– शंकराने त्रिशूल, श्रीविष्णूंनी सुदर्शन चक्र, ब्रह्मदेवाने कमंडलू, वायुदेवाने धनुष्य, सूर्यदेवाने बाण, इंद्राने वज्र, अग्नीने भाला आणि वरुणाने शंख.

अशाप्रकारे दुर्गा सज्ज झाल्यावर सर्व देवांच्या वतीने ब्रह्मदेव म्हणाला, ''हे देवी, त्या महाशक्तिमान, बलशाली महिषासुराचा वध आमच्यापैकी कुणीच करू शकत नाही. आम्ही आमच्याकडची जी काही अस्त्रं तुला दिली आहेत, ती त्या महिषासुराचा वध करण्यासाठी तुला उपयोगी पडतील. आता तूच आम्हाला मदत

कर आणि या महिषासुरापासून आम्हाला वाचव.''

त्यांच्या तोंडचे हे शब्द ऐकताच दुर्गा तिथून निघाली ती थेट महिषासुराच्या समोर रणांगणातच जाऊन पोचली. त्या दोघांमध्ये घनघोर युद्ध झालं. अखेर चामुंडी टेकडीच्या माथ्यावर तिने महिषासुराचा वध केला.

पूर्वी ज्या प्रदेशात महिषासुराचं राज्य होतं, त्याचं नाव महिषामंडल असं होतं. आता त्याला म्हैसूर म्हणतात. हे कर्नाटक राज्यातील एक शहर आहे. पार्वती देवीला महिषासुरमर्दिनी किंवा चामुंडी असं म्हणतात. म्हैसूर शहरात एका टेकडीवर एक मंदिर असून त्यात पार्वतीची दुर्गेच्या अवतारातील मूर्ती आहे.

देवी माहात्म्य नावाच्या पुरातन पोथीमध्ये पार्वतीची ही कथा सापडते. पार्वतीदेवीची आराधना करताना या देवी माहात्म्याचं वाचन करण्यात येतं. पूर्वीच्या काही राजघराण्यातील वीर युद्धाला जायला निघण्याआधी त्यांच्या घरी देवी माहात्म्याची पारायणं केली जात. आजही नवरात्राच्या नऊ दिवसांत पार्वतीची तिच्या विविध अवतारांमध्ये पूजा केली जाते– जसे वैष्णवी, काली, दुर्गा.

कल्पवृक्षाची कन्या

साक्षात शंकरमहादेवाची पत्नी, गणपती आणि कार्तिकेयाची माता असलेल्या पार्वतीलासुद्धा कधीतरी खूप एकाकी वाटे. शंकर भगवान कायमच ध्यानमग्न अवस्थेत बसलेले असत आणि दोन्ही पुत्र नेहमीच आपापल्या उद्योगात बाहेरच असत. घरात तर ती एकटीच असायची. आपले पुत्र आपलं मन काही नीट जाणू शकत नाहीत, त्यामुळे आपल्याला समजून घेणारी, आपल्या भावभावनांची कदर करणारी एक तरी कन्या आपल्याला हवी असं पार्वतीला नेहमी वाटे.

एक दिवस अशीच ती एकाकीपणे खूप काळ घरात बसून होती. मग तिने आपल्या पतीकडे, भगवान शंकराकडे हा विषय काढला. ''मला घरात बसून खूप कंटाळा येतो,'' ती म्हणाली. ''मला तिन्ही लोकांतील सर्वांत सुंदर उद्यानात घेऊन जा.''

भगवान शंकर हसले. मग ते देवाधिराज इंद्राची राजधानी अमरावती नगरीमध्ये असलेल्या नितांतसुंदर अशा स्वर्गीय नंदनवनात तिला घेऊन गेले.

तिथे पार्वतीला खूप सुंदर वृक्षवल्ली बघयला मिळाल्या. पण तिथे तिला जो एक खास वृक्ष पाहायला मिळाला, त्याने ती भारावून गेली. तो होता अमृतमंथनातून बाहेर पडलेला कल्पवृक्ष. अचानक तिच्या मनीची प्रबळ इच्छा उफाळून वर आली. आपल्या भावभावना समजून घेणारी एक कन्या आपल्याला हवी, ही ती इच्छा होती. ती इच्छा तिच्या मनात उफाळून येताच कल्पवृक्षाने ती तत्काळ पूर्ण केली. तिला एक अतीव सुंदर तान्ही बालिका मिळाली. पार्वतीने अत्यंत प्रेमाने तिचं तत्काळ नामकरणसुद्धा केलं. अशोकसुंदरी – दु:खं दूर हटवणारी सुंदर स्त्री.

अशोकसुंदरी दिसामासाने मोठी होऊ लागली. बघताबघता तिने तारुण्यात

पदार्पण केलं. तिची आपल्या मातापित्यांवर निस्सीम भक्ती होती. पार्वतीचंपण तिच्यावर खूप प्रेम होतं. आपल्या या लेकीच्या सहवासात तिचं मन नेहमीच प्रसन्न असे.

अशोकसुंदरी आता विवाहयोग्य वयाची झाली होती. देवाधिराज इंद्रासारखा एखादा पृथ्वीवरचा राजा आपल्या मुलीसाठी वर म्हणून योग्य ठरेल, असं पार्वतीच्या मनाने घेतलं. त्यावर बराच विचार केल्यावर चंद्रकुलोत्पन्न राजपुत्र नहुश हा आपल्या कन्येसाठी योग्य वर ठरेल, असं तिला वाटलं. तिने आपल्या मनातला हा विचार आपली कन्या अशोकसुंदरी हिला सांगितला. तिलासुद्धा तो पटला.

एक दिवस अशोकसुंदरी आणि तिच्या सख्या जवळच्या एका वनात क्रीडा करण्यात रममाण होत्या. त्या हसत होत्या आणि मोठ्या आवाजात बोलत होत्या. इतक्यात तिकडून जात असलेल्या हुंड नावाच्या राक्षसाचं त्यांच्याकडे लक्ष गेलं. त्या कन्यांच्या घोळक्यात बसलेल्या अशोकसुंदरीकडे पाहताच तिच्या सौंदर्याने तो मोहित झाला आणि तिच्या प्रेमात पडला. तो तिच्यापाशी जाऊन म्हणाला, "हे सुंदरी, माझं नाव हुंड. मी एक अत्यंत बलशाली असुर आहे. तुला पाहताच मी माझं हृदय गमावून बसलोय, मी तुझ्या प्रेमात पडलोय. तू माझ्याशी विवाह करशील का?"

पण अशोकसुंदरी त्याला नम्रपणे नकार देत म्हणाली, "मला क्षमा करा, पण माझा विवाह कधी ना कधीतरी राजपुत्र नहुशशी होणार आहे."

हे एकून खरंतर हुंड राक्षस मनातून अत्यंत क्षुब्ध झाला. तरीपण त्याने आपल्या भावना चेहऱ्यावर दिसू दिल्या नाहीत. त्याने मनातल्या मनात मात्र एक बेत आखला.

तो तिथून निघून गेला. त्यानंतर त्याने एका विधवा स्त्रीचं रूप धारण केलं. खरंतर या स्त्रीच्या पतीला काही दिवसांपूर्वी त्याने स्वत:च ठार केलं होतं. मग त्या विधवा स्त्रीच्या रूपात तो अशोकसुंदरीकडे जाऊन म्हणाला, "या प्रदेशात हुंड नावाच्या एका दुष्ट राक्षसाचा वावर आहे." मग तो पुढे म्हणाला, "आज माझी अशी ही दीन अवस्था आहे, त्यालाही तो हुंडच कारणीभूत आहे. तेव्हा हे तरुण मुली, तुझं इथे थांबणं मुळीच सुरक्षित नाही. इथे जवळच माझा आश्रम आहे. तू माझ्याबरोबर तिकडे का येत नाहीस? मी खूप गरीब आहे, निर्धन आहे. माझी झोपडी तशी लहानशीच आहे. पण तू माझ्याबरोबर माझ्या घरी यावंस आणि माझ्या पाहुणचाराचा लाभ घ्यावास, असं मला वाटतं."

अशोकसुंदरीने ते मान्य केलं. आपण त्या विधवा स्त्रीच्या घरी जाऊन जरा वेळ थांबून परत येऊ असं आपल्या सख्यांना सांगून ती त्या स्त्रीसोबत निघाली. आश्रमाच्या प्रवेशद्वारातून दोघी आत शिरताच तत्काळ हुंड राक्षसाने आपलं मूळ

रूप धारण केलं.

त्या राक्षसाने आपली घोर फसवणूक केल्याचं लक्षात येताच संतप्त झालेल्या अशोकसुंदरीने त्याला शाप दिला– "अरे हुंडा, मी कोण आहे, ते तुला ठाऊक नाही. मी साक्षात् पार्वतीदेवीची कन्या आहे. तुझा मृत्यू नहुशाच्या हातून घडेल असा मी तुला शाप देते."

एवढं बोलून अशोकसुंदरी तिथून निसटली आणि कैलास पर्वतावर आपल्या मातापित्यांकडे परत गेली.

हुंड राक्षस मनातून धास्तावला. त्याने खबरदारी म्हणून राजपुत्र नहुशाचं अपहरण केलं. राजपुत्र नहुशाला या घडलेल्या प्रसंगाविषयी काहीच कल्पना नव्हती. हुंड राक्षसाने त्याला आपल्या राजवाड्यातील एका कक्षात बंदिस्त करून ठेवलं.

परंतु नियतीच्या मनात काहीतरी वेगळंच होतं. राजवाड्यातील एका दासीला राजपुत्र नहुशाची कणव आली. तिने गुपचूप त्याला त्या बंदिस्त कक्षातून बाहेर काढून महर्षी वसिष्ठ आणि त्यांची पत्नी अरुंधती यांच्याकडे सुपूर्द केलं. ते दोघे त्याला आपल्या आश्रमात लपवून त्याची नीट काळजी घेतील, अशी त्या दासीला खात्री होती. काही दिवसातच आपला कैदी राजपुत्र नहुश त्या बंदिस्त कक्षातून नाहीसा झाल्याचं हुंड राक्षसाच्या लक्षात आलं. तो संतप्त झाला. त्याने नहुशाचा सगळीकडे कसून शोध घेतला. पण त्यात त्याला यश आलं नाही.

महर्षी वसिष्ठ आणि अरुंधती यांनी राजपुत्र नहुशाचा अत्यंत प्रेमाने सांभाळ केला. त्याला उच्चशिक्षण दिलं. काही वर्षांतच राजपुत्र नहुश एक उमदा, देखणा तरुण बनला. हुंड राक्षसाला ठार मारण्याची तो संधी शोधू लागला.

इकडे हुंड राक्षसाने एक वेगळीच योजना आखली होती. एक दिवस अशोकसुंदरी एकटी असल्याचं पाहून त्याने तिचं अपहरण केलं. त्याने तिला एका कक्षात बंद केलं आणि बाहेरून म्हणाला, "हे बघ, मी तर राजपुत्र नहुशाला केव्हाच मारून टाकलं आहे." त्याचे ते शब्द ऐकून अशोकसुंदरीला खूप हताश, निराश वाटू लागलं.

ती शोकविव्हळ झाली. आपल्या आईने, म्हणजे साक्षात पार्वतीदेवीने राजपुत्र नहुश हा आपल्यासाठी सुयोग्य वर असल्याचं ठरवलं होतं. मग आपल्या मातेचं हे भाकीत चुकीचं कसं काय असू शकतं, हेच तिला समजत नव्हतं. ती हमसाहमशी रडू लागली.

एक किन्नर युगुल– हे अर्धं मानवी शरीर आणि अर्धं अश्वाचं शरीर धारण केलेले असतात– तिकडून जात होतं. अशोकसुंदरीच्या कक्षाच्या खिडकीतून त्यांना तिचं करुण रुदन ऐकू आलं. ते खिडकीजवळ थांबून तिला म्हणाले, "हे सुंदरी,

तू अशी शोकविव्हळ का बरं झाली आहेस?''

त्यावर अशोकसुंदरी म्हणाली, ''कारण बलशाली नहुशाचा मृत्यू झाला आहे.''

त्यावर त्यांनी स्मितहास्य केलं. ते म्हणाले, ''हे तरुणी, तू असल्या अफवांवर अजिबात विश्वास ठेवू नकोस. नहुश केवळ जिवंतच नव्हे तर अगदी उत्तम आहे. आणि तो काही सामान्य पुरुष नाही. साक्षात महर्षी वसिष्ठ आणि अरुंधती यांचा तो शिष्य आहे. आम्हा दोघांना चेहऱ्यावरून भविष्य समजतं. तुझा चेहरा आम्हाला असं सांगतोय, की लवकरच तुझा आणि नहुशाचा विवाह संपन्न होणार आहे. तुम्हाला जी संतती होईल, ती तिन्ही लोकी कीर्तिमान होईल.''

अशोकसुंदरी कृतज्ञतापूर्वक हसली. तिच्या हृदयात परत एकदा अशा पल्लवित झाली.

त्यानंतर काही दिवसांतच अशोकसुंदरीचा शोध घेत नहुश हुंडाच्या राजवाड्यात येऊन पोचला. तिची सुटका करण्यासाठी त्याने हुंड राक्षसाशी लढाई केली. ती लढाई दीर्घ काळ चालली. अखेर हुंडाला मारण्यात नहुशाला यश आलं. त्यानंतर त्याने अशोकसुंदरीशी विवाह केला. राज्यात सर्वत्र आनंदीआनंद झाला.

काही काळातच तो महाशक्तिशाली सम्राट बनला, इतका की देवांचाही पराभव करणं त्याला शक्य झालं. इतकंच नव्हे तर काही काळासाठी त्याने साक्षात इंद्रदेवाचं त्याच्या आसनावरून उच्चाटन केलं.

अशोकसुंदरीची ही कथा फारशी लोकप्रिय नाही. परंतु देवी पार्वती कन्याप्राप्तीसाठी कशी झुरत होती, एक कन्या असणं हे प्रत्येकासाठी किती महत्त्वाचं आहे हे पार्वतीदेवीला ठाऊक होतं, हेच या कथेतून दिसतं. आजच्या काळातही लोकांना ही गोष्ट कळून चुकली आहे.

यत्र नार्यस्तु पूज्यन्ते
रमन्ते तत्र देवता

नदीतून आलेली युवती

गंगा नदी हे आपल्याकडे स्त्रीचं रूप मानतात. ही आपल्या देशातली सर्वांत पवित्र आणि स्फूर्तिदायिनी, चैतन्यमयी अशी नदी आहे. ती हिमालयात उगम पावून तिथून खाली वाहत येत असून तिच्या अनेक उपनद्या आहेत. उत्तराखंडातील गंगोत्री हे तिचं उगमस्थान आहे.

गंगेच्या संदर्भात अनेक पौराणिक कथा आहेत. त्यातली एक कथा अशी आहे, की साक्षात श्रीविष्णू वामनावतार घेऊन पृथ्वीतलावर आले. अत्यंत दानशूर म्हणून प्रसिद्ध असलेल्या बळीराजाकडे या वामनाने फक्त तीन गज जमिनीचं दान मागितलं. आपण फक्त तीन पावलं चालू आणि आपल्या प्रत्येक पावलाखाली जेवढी जमीन येईल, ती बळीराजाने दान म्हणून आपल्याला द्यावी एवढंच वामनाचं म्हणणं होतं. ही मागणी तर फारच साधी होती. बळीराजा ती पूर्ण करायला तयार झाला. परंतु पाऊल उचलण्याआधी अचानक वामनाचं शरीर वाढून मोठं होऊ लागलं. बघताबघता तो इतका मोठा झाला की त्याने पहिलं पाऊल टाकून संपूर्ण पृथ्वी पादाक्रांत केली आणि दुसऱ्या पावलाबरोबर त्याने आकाश व्यापून टाकलं. श्रीविष्णूंच्या या अवताराला त्रिविक्रम असं म्हणतात. त्यानंतर त्यांनी तिसरं पाऊल कुठे ठेवू? असं विचारताच बळीराजाने आपलं मस्तक नम्रपणे त्यांच्यासमोर तुकवलं. त्यांनी तिसरं पाऊल त्याच्या मस्तकावर ठेवून त्याला पाताळात ढकललं.

वामनाचं दुसरं पाऊल स्वर्गात पडताच ब्रह्मदेवाने ते श्रीविष्णूंचं पाऊल असल्याचं लगेच ओळखलं. अत्यंत आनंदित होऊन त्याने श्रीविष्णूंच्या चरणाची पूजा करण्याची तयारी सुरू केली. त्यामुळे कमंडलूत थोडंसं पाणी घेऊन त्याने ते विष्णूंच्या चरणावर प्रोक्षण केलं. त्याने तसं करताच पृथ्वीतलावरील सर्व पाण्याचा

ओघ स्वर्गाच्या दिशेने वाहू लागला. या एकत्रितपणे वाहणाऱ्या जलप्रपातालाच गंगा नाव पडलं. त्यामुळेच या नदीला अत्यंत पवित्र मानतात आणि तिला देवगंगा म्हणूनही संबोधण्यात येतं.

गंगेच्या बाबतीत आणखी एक कथा आहे. ही कथा अत्यंत शीघ्रकोपी अशा दुर्वास मुनींविषयीची आहे. स्वर्गातील गंगेमध्ये एक दिवस दुर्वास मुनी स्नान करत असताना खूप जोराचा वारा आला आणि त्यांच्या कटीचं वस्त्र दूर उडून गेलं. ते दृश्य पाहून गंगा जोरात हसली. दुर्वास मुनींनी संतप्त होऊन तिला शाप दिला, "तू स्वर्गातली नदी आहेस पण तू किती अपरिपक्व आहेस हे तुझ्या वर्तनावरून दिसून येतं. तू पृथ्वीतलावरील मनुष्य प्राण्यांसारखीच आहेस. त्यामुळे आजपासून तुला स्वर्गात जागा नाही. तू पृथ्वीतलावर राहशील."

गंगेला आपल्या हातून किती मोठं पातक घडलं ते समजलं. तिने दुर्वास ऋषींची क्षमा मागितली. त्यावर ते म्हणाले, "मी एकदा शाप दिला तो दिला. तो काही मी आता मागे घेऊ शकत नाही. तू पृथ्वीवरच वाहशील. पण मी तुला एक खास शक्ती प्रदान करत आहे. जो कुणी तुझ्या पात्रात उतरून तुझ्या शुद्ध पाण्याने स्नान करेल, त्याला त्याच्या सर्व पापांपासून मुक्ती मिळेल. त्याची त्या दिवसापर्यंतची सर्व पापं धुवून निघतील."

त्यामुळेच हरिद्वार, प्रयाग, ऋषिकेश, काशी अशा स्थळांना लोक आजही भेट देतात आणि गंगास्नान करून पापक्षालन करतात.

कोणे एके काळी भगीरथ नावाचा एक राजा राहत होता. त्याच्या मनात गंगेला स्वर्गातून पृथ्वीतलावर आणायचं होतं. या राजाच्या सर्व पूर्वजांची राखरांगोळी झाली होती. जर गंगा नदीचं पवित्र पाणी त्यांच्या रक्षेवरून वाहिलं असतं, तरच त्यांना मुक्ती मिळणार होती. भगीरथाने त्यासाठी खूप मोठी तपश्चर्या केली, अनंत प्रयत्न केले. अखेर गंगेच्या प्रवाहाला स्वर्गातून पृथ्वीवर येऊन वाहण्याची परवानगी मिळाली. पण या गंगेचा जलौघ इतका प्रचंड होता, की ती जर तशीच पृथ्वीवर आली असती, तर सर्व जगच पाणलोटाखाली गेलं असतं. त्यामुळे भगवान शंकरांनी त्या गंगेला आपल्या जटेमध्ये बद्ध केलं आणि तिचा अगदी लहानसा प्रवाह जटेतून खाली पृथ्वीवर वाहू दिला. म्हणूनच शंकराला गंगाधर असं नाव पडलं. पण तरीही पृथ्वीवर जो लहानसा प्रवाह येऊन पोचला, त्याची ताकदही

प्रचंड होती. त्यामुळे जान्हू ऋषींचा आश्रम पाण्याखाली बुडून गेला. गंगा नदीमुळे घडून आलेल्या या विनाशामुळे संतप्त झालेल्या जान्हू ऋषींनी गंगेचं पाणी पिऊन टाकलं. त्यामुळे गंगेला पुढे मार्गक्रमण करता येईना. गंगेचा प्रवाह जागच्या जागी थांबलेला पाहून भगीरथ राजाने पुन्हा तपश्चर्या सुरू केली. अखेर जान्हू ऋषींच्या दोन्ही कानांमधून गंगा वाहत बाहेर आली. म्हणूनच गंगेला जान्हवी असंही म्हणतात.

गंगेच्या संदर्भात आणखी एक कथासुद्धा आहे, ती सर्व इच्छा-आकांक्षा पूर्ण करणाऱ्या नंदिनी या धेनूची आहे. ही नंदिनी कामधेनूच्या पोटी जन्माला आली. नंदिनी ही वसिष्ठ मुनींना दान म्हणून मिळाली होती. त्यांच्या आश्रमात नेहमी यज्ञयाग होत असत. त्यांसाठी लागणारी सर्व साधनसामग्री ही नंदिनीच पुरवत असे. आश्रमात येणाऱ्या अतिथींना कशाचीही कमतरता भासू नये यासाठी तीच सर्व सामानसुमान पुरवत असे. एक दिवस अष्टवसू (देवांमधील जरा कनिष्ठ श्रेणीच्या देवता) पृथ्वीवर येऊन ते वसिष्ठ मुनींच्या आश्रमात आले होते. तेथील आतिथ्यशीलतेचा अनुभव घेऊन ते जेव्हा स्वर्गात परत गेले, तेव्हा त्यांनी आपापल्या पत्नींना आश्रमातील त्या चमत्कारी धेनू नंदिनीविषयी सांगितलं. त्या सर्व स्त्रियांना तत्काळ त्या नंदिनीच्या प्राप्तीची इच्छा निर्माण झाली. त्यांनी नंदिनीविषयी आपापल्या पतींकडे हट्ट धरला. त्या अष्टवसूंपैकी एक म्हणजे प्रभास. याने पुढाकार घेतला. त्याने आश्रमात जाऊन नंदिनीला पळवलं आणि आश्रमातील इतर गाईंना सोडून दिलं. वसिष्ठ मुनींना या चोरीबद्दल कळल्यावर ते संतप्त झाले. त्यांनी अष्टवसूंना शाप दिला– "तुमच्या या निंद्य कृत्याची शिक्षा म्हणून तुम्ही मर्त्य मानवांच्या रूपात पृथ्वीवर जन्म घ्याल!" ते गरजले.

अष्टवसूंनी वसिष्ठ मुनींचे पाय पकडून क्षमायाचना केली. अखेर त्यांनी अष्टवसूंना उ:शाप दिला. तुम्ही गंगेच्या पोटी जन्म घेऊन, जन्मत:च तिच्या पाण्यामुळे तुमची सर्व पापे धुवून निघतील. परंतु ज्याने नंदिनीचं अपहरण केलं, त्या प्रभासाला मात्र खूप दीर्घ काळपर्यंत पृथ्वीवरच राहावं लागेल.

त्यामुळेच गंगा तिच्या मानवी अवतारात शंतनू राजाशी विवाहबद्ध झाली. विवाहानंतर ती हस्तिनापूर राज्याची राणी बनली. तिने आपल्या पहिल्या सात मुलांचा जन्म होता क्षणीच त्यांना पाण्यात बुडवून त्यांच्या पापांपासून त्यांना मुक्ती मिळवून दिली आणि त्यांची मानवी जन्माच्या चक्रातून सुटका झाली. परंतु तिचा शेवटचा पुत्र भीष्म याला मात्र दीर्घ काळ पृथ्वीवरच राहावं लागलं. हा भीष्म म्हणजेच महाभारतातील थोर सेनापती भीष्म पितामह.

या शंतनूची कथा फार प्राचीन काळातली आहे. त्या काळी रानात एक बेडूक राहत होता. त्याने गंगेविषयी, तिच्या पवित्र जलाविषयी ऐकलं होतं. लोक मुद्दाम यात्रा करून गंगातीरी जातात आणि पापक्षालनासाठी गंगास्नान करतात हेही त्याच्या कानावर आलं होतं. त्यामुळे आपणही गंगेच्या तीरी जाऊन गंगास्नान करायचं, असं त्याने ठरवलं.

परंतु या प्रदीर्घ प्रवासातच एका माणसाच्या पायाखाली चिरडून त्या बेडकाचा मृत्यू झाला.

त्याच्या पुढच्या जन्मात हा बेडूक देवाधिराज इंद्राचा सेवक बनला. आता त्याला मनुष्यजन्म प्राप्त झाला होता. इंद्रदेवाने त्याच्या सेवाभावी वृत्तीवर प्रसन्न होऊन त्याला गाडाभर सुवर्ण दान केलं.

आता गंगेची यात्रा करण्यासाठी त्याच्याकडे पुरेसा पैसा होता. मग पुन्हा त्याने यात्रेला प्रारंभ केला. परंतु रस्त्यातच त्याच्या बैलगाडीचा बैल मरण पावला. आता राहिलेली यात्रा पूर्ण कशी करायची याचा प्रश्न त्याला पडला. मग त्याने सूर्यदेवाकडे मदतीची याचना केली. तो म्हणाला, ''सूर्यदेवा, तुम्ही जर आत्ता मला मदत केलीत, तर मी माझ्याकडे असलेल्या सोन्यापैकी निम्मं सोनं तुम्हाला देईन.''

सूर्यदेवाच्या मदतीने अखेर तो माणूस आपली यात्रा पूर्ण करून गंगेच्या काठी जाऊन पोचला. एकदा गंगेच्या पात्रात उतरून स्नान केल्यावर त्याने आपल्या जवळच्या सर्व सुवर्णाचा त्याग केला. ते गंगार्पण केलं.

काही काळानंतर सूर्याने त्याच्याकडे आपला वाटा मागितला. पण त्याच्याकडे सूर्याला देण्यासाठी काहीच शिल्लक नव्हतं. त्यामुळे सूर्याची मागणी तो पूर्ण करू शकला नाही. सूर्य संतप्त झाला. त्याने त्या माणसाला शिक्षा केली आणि त्याचं रूपांतर एका कोल्ह्यामध्ये करून टाकलं. त्या कोल्ह्याला दुसरीकडे कुठेही जायला ठिकाण नसल्यामुळे तो गंगातीरी राहू लागला. तो रोज गंगेच्या पाण्यात डुबकी मारून स्नान करू लागला.

असेच दिवस लोटले. एक दिवस साक्षात गंगा एका सुंदर तरुणीच्या रूपात त्या कोल्ह्यासमोर अवतीर्ण झाली. मंत्रमुग्ध झाल्यासारखा तो कोल्हा तिच्या पाठोपाठ निघाला. गंगेला वाटेत एक ऋषी भेटले. ती घाईने त्यांच्यामागे लपली. एक कोल्हा आपला पाठलाग करत येत असून आपल्याला त्याची भीती वाटत असल्याचं तिने त्यांना सांगितलं. त्या ऋषींनी आपल्या शिष्यांकरवी त्या कोल्ह्याची हत्या करून त्याचं मृत शरीर जाळून टाकलं आणि त्याची रक्षा गंगेच्या पात्रात विसर्जित केली.

काही वर्षांनंतर त्या रक्षेद्वारे साल वृक्षाची बीजे गंगेच्या किनारी वाहत आली आणि त्यातून एक रोप वाढू लागलं. बघताबघता त्याचा महाकाय वृक्ष झाला.

आपल्या योगसामर्थ्यातून त्या ऋषींना हे कळलं, की या वृक्षाचा जन्म त्या कोल्ह्याच्या रक्षेमुळे झाला असून अजूनही तो कोल्हा त्या वृक्षात वास करत आहे. मग ऋषींनी आपल्या शिष्यांना तो वृक्ष तोडण्यास सांगितलं. त्याप्रमाणे त्यांनी तो वृक्ष तोडल्यावरही त्याचा खुंट तसाच शिल्लक उरला. ऋषींनी आपल्या शिष्यांना तो खुंट जाळण्याची आज्ञा केली. शिष्यांनी तसं केलं. तसा त्या अग्नीतून एक अत्यंत देखणा युवक बाहेर आला. ऋषींनी त्याचं नाव शंतनू ठेवलं. ते म्हणाले, "हे तरुणा, तू गेली कित्येक वर्षं या गंगेचं साहचर्य मिळावं यासाठी प्रयत्नशील आहेस. त्यामुळे आता मी तुला आशीर्वाद देत आहे. तू या गंगेशी विवाहबद्ध हो. परंतु तुमचा विवाह फार काळ टिकणार नाही."

त्यानंतर काही दिवसांनी शंतनूने गंगेला तिच्या मानवी रूपात पाहिलं. तिच्या सौंदर्याने तो मंत्रमुग्ध झाला. तिने त्याच्याशी विवाह करण्यास संमती दिली. पण तिने त्याला एक अट घातली. आपल्या कोणत्याही कृत्याबद्दल त्याने आपल्याला कधीच जाब विचारलेला चालणार नाही, असं तिने त्याला सांगितलं. शंतनू तिच्या प्रेमात इतका आकंठ बुडालेला होता, की त्याने तिला तसं वचन दिलं. काही काळानंतर तिने सात मुलांना जन्म दिला आणि जन्म देताच लगेच त्या नवजात अर्भकांना तिने पाण्यात बुडवलं. त्यानंतर त्यांच्या आठव्या पुत्राचा जन्म झाला. आता आपली पत्नी यालाही पाण्यात बुडवून याचे प्राण घेणार अशी शंतनूला भीती वाटू लागली म्हणून त्याने तिला जाब विचारला. त्याच्या हातून गंगेला दिलेल्या वचनाचा भंग झाला. त्यामुळे गंगा त्याला सोडून गेली. पण तिने तो आठवा पुत्र मात्र त्याच्याकडेच ठेवला– हा पुत्र म्हणजेच महापराक्रमी भीष्म.

अशा रीतीने वसिष्ठ ऋषींचं भाकीत खरं झालं.

मंदिरांमध्ये गंगेची मूर्ती पाषाणाची असून ती एका मगरीवर उभी असते. तिच्या हातात पाण्याने भरलेल्या दोन घागरी असतात. गंगा ही त्रिमूर्तींच्या अत्यंत जवळची आहे, कारण तिचा जन्मच मुळी ब्रह्मदेवाच्या कमंडलूतून झालेला आहे. कमंडलूमधील या पाण्याचं ब्रह्मदेवाने श्रीविष्णूंच्या चरणावर प्रक्षालन केलं. आणि अखेर शंकराने तिला आपल्या जटेमध्ये धारण केलं. तिथूनच तिचा प्रवाह पृथ्वीवर गेला.

ज्या ठिकाणी गंगेला इतर नद्या येऊन मिळतात, त्या ठिकाणाचं नाव प्रयाग आहे. उदाहरणार्थ उत्तराखंडामध्ये रुद्रप्रयाग, कर्णप्रयाग, देवप्रयाग अशी ठिकाणं आहेत. अलाहाबाद शहरामध्ये गंगा आणि यमुना या नद्यांचा संगम झाला आहे. या संगमाच्या जागेला प्रयागराज म्हणतात.

सूड

लंकेच्या रावणाची बहीण शूर्पणखा ही अत्यंत सुंदर होती.

ती जेव्हा वयात आली आणि विवाहयोग्य झाली, तेव्हा ती विद्युतजिव्हा नावाच्या एका असुराच्या प्रेमात पडली. परंतु हा असुर असुरांच्या वेगळ्या उपजातीचा होता. आपला भाऊ रावण आपल्या दोघांच्या विवाहाला कदापि संमती देणार नाही याची शूर्पणखेला पूर्णपणे कल्पना होती. त्यामुळे तिने या विद्युतजिव्हा असुराशी गुप्तपणे विवाह केला.

रावणाच्या कानावर ही गोष्ट जाताच तो अतिशय संतापला. तो शूर्पणखेला याची शिक्षा देण्यासाठी निघाला. पण रावणाची पत्नी मंदोदरी हिने आपल्या पतीची समजूत घातली. त्याने आपल्या बहिणीच्या इच्छेचा आदर केला पाहिजे, असं त्याचं मन वळवलं. अखेर रावणाने विद्युतजिव्हा आणि शूर्पणखा यांचा पतीपत्नी म्हणून स्वीकार केला. परंतु विद्युतजिव्हाने केवळ रावणाशी जवळीक साधून कालांतराने त्याचा वध करता यावा, याच उद्देशाने शूर्पणखेशी विवाह केला होता, ही गोष्ट कुणालाच ठाऊक नव्हती.

एक दिवस रावण आपल्या बहिणीच्या नवीन घरी तिला भेटायला गेला. पण शूर्पणखा घरी नव्हती. ती संधी साधून विद्युतजिव्हा असुराने रावणाला बेसावध गाठून त्याच्यावर हल्ला केला. अर्थात रावणाच्या असामान्य शौर्यापुढे त्याची डाळ शिजलीच नाही. अखेर रावणाने विद्युतजिव्हा असुराचा वध केला.

शूर्पणखेला खूप तरुण वयात वैधव्य आलं. शिवाय या घटनेमुळे तिच्यात आणि रावणात गैरसमजाची खूप मोठी दरी निर्माण झाली. शूर्पणखेने रावणाची बाजू ऐकून घेण्यास नकार दिला. रावणाने तिच्या आणि विद्युतजिव्हा असुराच्या विवाहाचा

कधीच स्वीकार केला नाही आणि तिला तिच्या कृत्याची शिक्षा देण्यासाठीच रावणाने तिच्या पतीचा वध केला, अशी तिने स्वतःची समजूत करून घेतली.

शूर्पणखा त्यानंतर दिवसचे दिवस लंकेच्या आजूबाजूच्या रानावनात भटकत असे. जसजसा काळ सरत होता, तसतशी तिच्या मनात आपला बंधू रावण याचा सूड घेण्याची आग धगधगत होती. शूर्पणखा ही असुरांची राजकन्या असल्यामुळे तिला मायावी विद्या अवगत होती. त्यामुळे ती तिला पाहिजे ते रूप घेऊ शकत असे.

एक दिवस पंचवटीतील गोदावरी नदीच्या काठी (सध्याचे नाशिक शहर) शूर्पणखा विहार करत असताना तिची दृष्टी रामावर पडली. अयोध्येचा हा राजपुत्र वनवास भोगण्यासाठी पंचवटीत आला होता. ती प्रथम दर्शनीच आपलं हृदय त्याला देऊन बसली.

मग रामाकडे जाऊन तिने त्याच्यासमोर आपल्या प्रेमाची कबुली दिली. रामाने अर्थातच त्या प्रेमाचा स्वीकार केला नाही. पण तिने आपला हट्ट सोडला नाही. शेवटी रामाने तिला आपला कनिष्ठ बंधू लक्ष्मणाकडे पाठवले. लक्ष्मणाने तिला अपमानित करून तिचं नाक कापून तिची बोळवण केली.

घायाळ आणि अपमानित झालेली शूर्पणखा तिथून निघाली, तेव्हा जवळच उभ्या असलेल्या रामाच्या पत्नीकडे– सीतेकडे तिचं लक्ष गेलं. सीता इतकी सुंदर आहे हे पाहून तिच्या मनात एक कल्पना चमकली. तिच्या महापराक्रमी भावाचा, रावणाचा पराभव करण्याचा एक अप्रत्यक्ष मार्ग तिला गवसला होता. रावण हा स्त्रीलंपट होता हे शूर्पणखेला माहीत होतं. त्यामुळे तिने मुद्दामच रावणाकडे जाऊन सीतेच्या सौंदर्याची वारेमाप प्रशंसा केली. तिला हवं होतं तेच घडलं. रावण तिच्या युक्तीला बळी पडला. त्याने सरळ सीतेचं अपहरण करून तिला लंकेला आणलं.

सीतेचं अपहरण करणाऱ्या रावणाला राम कधीच माफ करणार नाही आणि त्याला जिवंतही सोडणार नाही, हे तर उघडच होतं आणि अगदी तसंच घडलं. रामाने रावणाचा वध केला.

शूर्पणखेने अशा रीतीने रावणाचा सूड घेतला.

सुखाला विसरलेला बेडूक

खूप खूप वर्षांपूर्वी एका आश्रमात अनेक ऋषिमुनी राहत होते. ते रोज पहाटे उठून रानात जाऊन ध्यानधारणेला बसत आणि संध्याकाळी आश्रमात परत येत. ते अत्यंत भक्तिरसाने भरलेलं आणि साधं जीवन जगत, रानातली कंदमुळं भक्षण करून आणि जवळच्या विहिरीतलं पाणी पिऊन राहत होते. त्या विहिरीत एक बेडूक राहत होता. या ऋषिमुनींची जीवनशैली पाहून आपोआप त्याच्या मनावरसुद्धा त्या गोष्टीचा परिणाम झालाच होता. त्यामुळे तोही त्यांच्यासारखाच भाविक बनला होता.

एक दिवस ऋषिमुनी ध्यानधारणेसाठी गेलेले असताना त्या विहिरीत एक विषारी साप शिरत असलेला बेडकाने पाहिला. ऋषिमुनींनी परत आल्यावर जर त्या विहिरीतलं विषारी झालेलं पाणी प्यायलं, तर त्या सर्वांचा मृत्यू ओढवेल हे त्या बेडकाच्या लक्षात आलं. त्यामुळे तो विहिरीच्या काठी ते ऋषिमुनी परत येण्याची वाट पाहत थांबला. ते जवळ येताच त्या विहिरीत लपून बसलेल्या विषारी सापाविषयी त्यांना सावधगिरीची सूचना देण्याचा मार्ग म्हणून त्या बेडकाने विहिरीत उडी मारली. त्याने अशी अचानक विहिरीत उडी मारलेली पाहून त्या ऋषिमुनींनी विहिरीत डोकावून पाहिलं. आतमध्ये तो बेडूक मृतावस्थेत तरंगत असलेला पाहून त्यांना धक्का बसेला. मग त्या ऋषिमुनींनी जाळं टाकून त्या बेडकाला पाण्याबाहेर काढलं. तर त्याचं शरीर काळंनिळं पडलं होतं. याचा अर्थ त्या ऋषिमुनींचा जीव वाचवण्यासाठी त्याने आत्मसमर्पण केलं होतं हे योगिक सामर्थ्यामुळे त्यांना कळून चुकलं.

त्या सर्वांनी आपापसात विचारविनिमय केला. आपला सर्वांचा जीव वाचवण्यासाठी

त्या बेडकाने किती मोठा त्याग केला आहे, हे त्यांना कळून चुकलं. मग त्याला आशीर्वाद देत ते म्हणाले, "तुझ्यासारख्या साध्यासुध्या जीवाने आमचे प्राण वाचवले आहेत. तेव्हा हे मंडुका, आम्ही आता तुझ्यात प्राण फुंकून तुला जिवंत करत आहोत. त्यानंतर तुला हवा तो वर तू माग."

त्यानंतर तो बेडूक जिवंत झाला. तो म्हणाला, "मला पार्वतीसारखं सुंदर व्हायचं आहे आणि एका महापराक्रमी आणि विद्वान राजाशी विवाह करायचा आहे."

त्यावर ते ऋषिमुनी म्हणाले, "तथास्तु! तू एक अद्वितीय लावण्यवती स्त्री म्हणून जन्म घेशील. तुझ्या सत्शील आणि चारित्र्यसंपन्न व्यक्तिमत्त्वामुळे आणि पातिव्रत्यामुळे तुला लोक ओळखतील. तू वयात आल्यावर तुझा विवाह एका महापराक्रमी, विद्वान पंडित असलेल्या राजाबरोबर होईल."

अशा तऱ्हेने तो बेडूक त्याच्या पुढच्या जन्मात मंदोदरी म्हणून जन्माला आला. असुरांचा महान वास्तुविशारद मयासुर आणि स्वर्गातील अप्सरा हेमा यांची ती कन्या होती. मयासुराला आपल्या या कन्येच्या आधीच्या जन्मातील हकिकत ठाऊक असल्यामुळे त्याने तिचं मंदोदरी असं नामकरण केलं. बेडकाला संस्कृतमध्ये मंडूक असं म्हणतात. त्यापासूनच हे नाव बनलेलं आहे.

असेच दिवस लोटले. मंदोदरी विवाहयोग्य वयाची झाली. ती अद्वितीय सौंदर्यवती तर होतीच, पण शिवाय ती अत्यंत धार्मिक आणि सत्प्रवृत्तसुद्धा होती. अखेर तिचा विवाह रावणाशी झाला. रावण हा त्याच्या काळातील एक महापराक्रमी योद्धा होता, तसंच तो अत्यंत विद्वानही होता.

परंतु आधीच्या आयुष्यात बेडकाचा जन्म घेतलेल्या मंदोदरीने त्या ऋषिमुनींकडे जेव्हा वरदान मागितलं, तेव्हा 'मला आयुष्यात सुख लाभू दे' असं सांगायला ती विसरली. त्यामुळेच ती आयुष्यात नेहमीच सुखाला वंचित राहिली. तिच्या पतीने जन्मभर तिला फक्त दुःखच दिलं. तिच्या पतीने तर दुसऱ्याच पुरुषाच्या धर्मपत्नीला, एका परस्त्रीला पळवून आणलं होतं. रावणाने सीतेला मुक्त करावं म्हणून मंदोदरीने त्याच्या कितीतरी विनवण्या केल्या. पण त्याचा काहीच उपयोग झाला नाही. रावणाने सीतेचं अपहरण केल्याचा परिणाम म्हणून एका महाभयंकर युद्धाला तोंड फुटलं. त्यात रावणाचा दारुण पराभव झाला. त्या घनघोर युद्धात मंदोदरीने आपला पुत्र मेघनाद यालाही गमावलं.

भारताच्या इतिहासात पुराणकाळातील ज्या पाच महान स्त्रियांचा आदराने पंचकन्या म्हणून उल्लेख करण्यात येतो, त्यात मंदोदरीच्या नावाचाही समावेश आहे. त्या पंचकन्या अशा : अहिल्या, तारा, मंदोदरी, द्रौपदी आणि सीता.

पांढऱ्या तळ्याची देवता

पहिल्या तीर्थंकरांना शंभर पुत्र होते. त्यापैकी पहिला पुत्र भरत याचा अयोध्येचा राजा म्हणून राज्याभिषेक करण्यात आला तर शेवटचा पुत्र बाहुबली हा पोदनपूरचा राजा बनला.

एक दिवस राजा भरत आपल्या शस्त्रागारात पाहणी करत असताना त्याला तिथे एक फिरतं चक्र दिसलं. ते चक्र एक विशिष्ट दिशा दाखवत होतं. मग त्याने त्याच्या दरबारातील ज्योतिर्विद्या विशारदांना तिथे बोलावून घेऊन त्याचा अर्थ विचारला. त्यांनी त्याचा अभ्यास करून त्याला सांगितलं– ''एक दिवस तू सर्वसत्ताधीश होऊन संपूर्ण पृथ्वीवर राज्य करशील.''

काही काळ लोटल्यावर त्या राजज्योतिष्यांचं हे भाकीत खरं ठरणार अशी लक्षणं दिसू लागली. राजा भरताने अनेक युद्धं जिंकली आणि आपल्या राज्याचा विस्तार केला. तो जेव्हा स्वारीवर निघायचा, तेव्हा ते चक्रच त्याला योग्य दिशा दाखवायचं आणि तिकडे गेल्यावर त्याला विजय प्राप्त व्हायचा.

एक दिवस अशाच एका स्वारीवरून भरत अयोध्येस परत येत होता. आता लवकरच अवघ्या भूतलावर आपलं राज्य प्रस्थापित होण्याची वेळ जवळ आली आहे, असा विचार त्याच्या मनात येत हाता. इतक्यात त्याच्या लक्षात आलं, की ते चक्र फिरायचं थांबलं होतं.

ही कोणत्यातरी अतिशय महत्त्वपूर्ण घटनेची चाहूल असल्याचं राजा भरताच्या लक्षात आलं. त्याने देशोदेशीच्या विद्वानांना, प्रकांडपंडितांना आपल्या दरबारात बोलावून घेतलं. सर्वांनी चर्चा, विचारविनिमय करून राजाला सांगितलं, ''ते चक्र फिरायचं थांबलं आहे, त्याला तसंच कारण आहे. तुझ्या ९९ भावांनी आधी तुला

शरण आलं पाहिजे. ते झाल्यानंतरच तू एक सार्वभौम राजा बनू शकशील.''

त्यामुळे भरताने आपल्या सर्व भावांना आपल्या राजमुद्रेसह एक खलिता पाठवला. त्यात त्याने आपल्या भावांना शरण येण्याचं आवाहन केलं होतं. ज्याची शरण येण्याची इच्छा नसेल, त्याने युद्धाला तयार राहावं, असा इशारा सुद्धा त्याने दिला होता. भरताच्या ९९ भावांपैकी ९८ भावांना हा खलिता मिळाल्यावर ते नाराज झाले. राज्यविस्ताराच्या हव्यासापायी आपल्या सख्ख्या भावाने आपल्याशी असं वागावं, याचा त्यांना संताप आला. परंतु भरताशी दोन हात करण्याची कुणाचीच ताकद नसल्यामुळे आपापली राज्यं त्याच्या हवाली करून ते ९८ भाऊ निघून गेले.

परंतु शेवटचा भाऊ बाहुबली मात्र भरताला शरण जाण्यास मुळीच तयार नव्हता. तो स्वत: एक बलशाली, पराक्रमी योद्धा होता. भरताच्या खलित्याला उत्तर म्हणून त्याने निरोप पाठवला, ''हे बंधू, तू माझ्या समोर ये आणि माझ्याशी लढ. फक्त तू आणि मी– आपण दोघंच ही लढाई करू. तुझ्या आणि माझ्या निष्पाप प्रजाजनांना यात कशाला मध्ये आणायचं? आपले मतभेद आपण आपापसात लढून सोडवू.''

भरताने ते मान्य केलं. रणांगणावर दोन्ही योद्धे समोरासमोर उभे ठाकले.

दोघा भावांमधली ही चुरस तीन प्रकारे होणार होती. मल्लयुद्ध, जलयुद्ध आणि दृष्टियुद्ध. भरत आणि बाहुबली हे दोघेही तुल्यबल योद्धे होते. परंतु बाहुबली उंचापुरा आणि दणकट होता. त्याच्या शरीरयष्टीचा त्याला फायदा मिळाला. जलयुद्ध आणि दृष्टियुद्धात बाहुबलीने भरताचा पराभव केला.

बाहुबली जिंकला. आता तो अनेक देशांचा, फार मोठ्या भूप्रदेशाचा सार्वभौम राजा होणार होता खरा. पण विजयाचा हा आनंद त्याच्या मनात फार काळ टिकला नाही. तो मनात म्हणाला, ''हे काय विपरीत घडून आलं? भूप्रदेशावर राज्य करण्याच्या हव्यासापायी आम्ही सख्खे भाऊ एकमेकांचे कट्टर वैरी बनलो?'' त्याला काही हे योग्य वाटलं नाही. त्यामुळे त्याने जिंकलेलं राज्य भरताला परत केलं आणि तो स्वत: सर्वसंगपरित्याग करून ध्यानधारणेसाठी वनात निघून गेला.

कालांतराने तो दिगंबर जैन साधू बनला. त्याने आपली वस्त्रप्रावरणं, अलंकार, धन हे सर्व काही दान करून टाकलं. त्याने दिगंबर अवस्थेत कित्येक दिवस एका जागी उभं राहून तपस्या केली. मुंग्यांनी त्याच्या अंगावर वारुळ बांधलं. धूळ, पाऊस, ऊन, वारा या कशाचीच पर्वा न करता त्याची साधना सुरूच होती. तो अत्यंत मनोभावे, एकाग्र चित्ताने ध्यान करत असूनही मनातून दु:खीच होता. आपण आपला बंधू भरत याच्या मालकीच्या भूमीवर उभे आहोत या गोष्टीचा त्याच्या मनाला त्रास होत होता.

असं एक वर्ष लोटलं. अखेर राजा भरत लज्जित होऊन आपला भाऊ बाहुबली याला भेटायला गेला. दोन्ही भावांची भेट झाली. त्यानंतर बाहुबलीला सर्व प्रकारच्या मोहांपासून, नातेसंबंधांच्या बंधनांपासून मुक्ती मिळाली. त्याला उच्चकोटीच्या ज्ञानाचा लाभ होऊन मोक्षप्राप्ती झाली. भरताने आपला बंधू बाहुबली याचा एक भव्य पुतळा उभारला.

इतिहास मात्र याविषयी काही वेगळंच सांगतो. बाहुबली किंवा गोमतेश्वराचा हा अठ्ठावन्न फूट उंचीचा ग्रानाईटचा पुतळा एका एकसंध पाषाणातून कोरून बनवण्यात आलेला आहे. कर्नाटक राज्यातील हसन जिल्ह्यामधील श्रवणबेळगोळ या ठिकाणी विंध्यागिरी टेकडीवर हा पुतळा आहे. गंगा घराण्यातील महान जैन पंतप्रधान चामुंडाराया यांनी हा पुतळा उभारला. हा पुतळा म्हणजे सर्व सांसारिक मोहमायेपासून दूर राहण्याचं म्हणजेच वैराग्याचं प्रतीक आहे. या पुतळ्याच्या चेहऱ्यावर अतिशय शांत, समाधानी भाव आहेत. अशी शांत मुद्रा असलेल्या बाहुबलीचे फार पुतळे अस्तित्वात नाहीत. याशिवाय बाहुबलीच्या अनेक मूर्ती कर्नाटक राज्यात जागोजागी आढळतात. उदाहरणार्थ वेल्लूर, करकला, गोमातागिरी आणि धर्मस्थल. पण श्रवणबेळगोळ येथील बाहुबलीचं सौंदर्य काही वेगळंच आहे. त्यामुळेच त्याचा निर्माता चामुंडाराया हा स्वतःला या भूतलावरील सर्वांत महान शिल्पकार मानू लागला. त्याचा अहंकार वाढीस लागून त्याचा दृष्टिकोनच बदलून गेला. त्यानंतरच्या त्याच्या सर्वच शिल्पकृतींमधून हा बदल जाणवतो.

एक दिवस बाहुबलीच्या या पुतळ्याला दूध आणि पाण्याचा अभिषेक करायचा होता. त्यासाठी चामुंडारायाने खूप मोठ्या प्रमाणात दूध मागवलं. दुधाचा अभिषेक सुरू झाला आणि काही वेळात एक गोष्ट सर्वांच्याच लक्षात आली. बाहुबलीच्या मस्तकावर कितीही दुधाचा अभिषेक केला, तरी त्याच्या कटिप्रदेशाच्या खाली काही ते दूध पोचत नव्हतं. काय चुकत होतं तेच कळत नव्हतं. पुजाऱ्यांनी प्रयत्नांची पराकाष्ठा करूनसुद्धा त्यात बदल होईना. अखेर हा अभिषेक अपूर्णच राहिला.

इतक्यात चामुंडारायाला तिथून एक वृद्ध स्त्री हातात दुधाचा लहानसा लोटा घेऊन जाताना दिसली. ती चामुंडारायाला म्हणाली, ''महाराज, मी घरून आणलेल्या या दुधाचा बाहुबलीला अभिषेक करू का?''

''अहो आज्जी, आम्ही इथे इतक्या मोठ्या प्रमाणावर दूध आणून आमचा

अभिषेक पूर्ण करण्यासाठी प्रयत्नांची शर्थ करत आहोत. तुमच्या या एवढ्याशा लोटाभर दुधाने काय साध्य होणार आहे? पण ठीक आहे. तुम्हाला अभिषेक करायचा आहे ना? जा, खुशाल करा.'' तो म्हणाला.

मग ती वृद्ध स्त्री हळूहळू चालत पुतळ्याच्या जवळ गेली, लटपटत्या पायांनी शिडीवर चढून बाहुबलीच्या मस्तकापर्यंत जाऊन पोचली. हातातल्या त्या लोटाभर दुधाचा तिने बाहुबलीच्या मस्तकावर अभिषेक केला आणि काय आश्चर्य! बाहुबलीच्या संपूर्ण शरीरावरून जणू काही दुधाच्या नद्या वाहू लागल्या. पुतळ्याच्या पायाशी मोठं थारोळं जमा झालं.

ती कुणी सर्वसाधारण स्त्री नसून दैवी शक्ती आहे हे चामुंडारायाने जाणलं. त्याने तिचे पाय धरून तिची क्षमा मागितली. त्याबरोबर तिने आपलं मूळ रूप धारण केलं. ती यक्षी देवता होती. ती म्हणाली, ''बाळा, कधीही वृथाभिमान बाळगू नको. प्रत्येकाची भक्ती खरीच असते. तू पैशाने जे काही साध्य करशील, त्यापेक्षाही जास्त महत्त्वाचं असेल तू भक्तीने जे प्राप्त करशील, ते! मला हेच तुला दाखवून द्यायचं होतं, म्हणूनच मी म्हातारीचं रूप घेऊन आले होते.''

तुम्ही जर आज श्रवणबेळगोळला भेट दिली, तर टेकडीच्या पायथ्याशी तुम्हाला एक छोटा जलाशय दिसेल. कोणे एके काळी हे तळं दुधाने भरलेलं होतं. त्यामुळेच त्याला 'बिलिया कोला' म्हणजे 'पांढरं तळं' असं नाव पडलं आहे. जवळच हातात दुधाचं भांडं घेऊन उभ्या असलेल्या आजीचा पुतळासुद्धा आहे.

तारुण्याचे रहस्य

कोणे एके काळी इथे शर्याती नावाचा एक राजा राहत होता.

एक दिवस राजा जवळच्या एका रानात शिकारीला गेला होता. त्याची मुलगी सुकन्या हीसुद्धा आपल्या सख्यांना घेऊन पित्यासोबत शिकारीला गेली होती. रानात एक तंबू ठोकून सर्व जण राहत होते. एक दिवस लवकर उठून राजा आणि त्याचे सैनिक दूरवर शिकारीसाठी निघून गेले. मग राजकन्या सुकन्या आणि तिच्या सख्या रानातून फेरफटका करण्यासाठीबाहेर पडल्या.

वाटेत चालताचालता सुकन्येला एक भलंमोठं पांढरं शुभ्र वारुळ दिसलं. त्या वारुळाला दोन मोठी चमकदार तोंडं होती. हे असं वारुळ तिने याआधी कधीच पाहिलं नव्हतं. उत्सकुता अनावर होऊन तिने जमिनीवर पडलेली एक काडी उचलून त्या दोन्ही भोकांमधून ती आत घालून चाचपडून पाहिलं. अचानक त्या भोकांमधून रक्त झिरपू लागलं. सुकन्या घाबरली. तिने आपल्या सख्यांसह तिथून पळ काढला. सर्व जणी तंबूत परत आल्या.

त्या वारुळात एक ऋषी राहत होते. त्यांचं नाव च्यवन. ते गेली कित्येक वर्षं त्या जागी तपश्चर्येला बसले असल्यामुळे पांढऱ्या मुंग्यांनी त्यांच्या शरीराभोवती वारुळ बांधलं होतं. त्या वारुळाला जी दोन भोकं होती, तिथे च्यवन ऋषींचे डोळे होते. राजकन्या सुकन्येने नकळत ती काडी त्यांच्या डोळ्यात खुपसली होती त्यामुळे ऋषींना अंधत्व प्राप्त झालं होतं.

च्यवन ऋषी क्रोधित झाले. ज्या राजाच्या कन्येचं हे कृत्य होतं, त्याच्या सैनिकांनाच त्यांनी शाप दिला. त्या सर्वांचे नैसर्गिक विधीच त्यांनी रोखून धरले. त्या शापाचा परिणाम लगेच दिसू लागला. राजाच्या सैनिकांना खूप त्रास होऊ लागला.

शरीरातील त्याज्य पदार्थांचं विसर्जनच होईना, त्यामुळे त्यांचे हाल होऊ लागले.

आपल्या मुलीच्या मूर्खपणाची आपल्या सैनिकांना शिक्षा मिळते आहे, हे राजाला काही दिवसांत कळून चुकलं. त्याने च्यवन ऋषींकडे जाऊन गयावया केली, ''महर्षी, माझ्या मुलीच्या हातून नकळत खूप मोठा अपराध घडला आहे. पण तुम्ही मोठ्या मनाने तिला क्षमा करा. तिच्या चुकीची शिक्षा तुम्ही माझ्या सैनिकांना देऊ नका. मी तुमच्यासाठी काय करू ते तरी मला सांगा.''

त्यावर च्यवन ऋषी म्हणाले. ''हे पाहा, मी एक वृद्ध माणूस आहे. पण तुझ्या मुलीच्या मूर्खपणामुळे मला अंधत्व प्राप्त झालं आहे. मी तुला दिलेला शाप परत घ्यावा असं जर तुला वाटत असेल, तर तुझ्या मुलीचा माझ्याशी विवाह लावून दे आणि तिला माझी काळजी घ्यायला सांग.''

आपल्या तरुण आणि सुंदर मुलीचा विवाह या वृद्ध ऋषींशी लावून द्यायला राजाचं मन तयार होईना. पण स्वत: सुकन्याच पुढे येऊन म्हणाली, ''पिताजी, माझ्या चुकीची शिक्षा तुमच्या सैनिकांना मिळणं योग्य नव्हे. मी या ऋषींशी विवाह करून त्यांची काळजी घ्यायला तयार आहे.''

ते ऐकून च्यवन ऋषी प्रसन्न झाले. त्यांचा दोघांचा विवाह पार पडताच त्यांनी आपला शाप मागे घेतला.

अशी कित्येक वर्षं लोटली. सुकन्या आपल्या पतीची निरलसपणे सेवा करत असे.

एक दिवस स्वर्गातील देवदेवतांचे वैद्य असलेले दोघे आश्विनीकुमार च्यवन ऋषींच्या आश्रमाच्या जवळून चालले होते. तिथे अद्वितीय लावण्यवती असलेली सुकन्या त्यांच्या दृष्टीस पडली. ते तिच्यापाशी जाऊन तिला म्हणाले, ''हे सुंदरी, तू इथे या इतक्या वयोवृद्ध ऋषींसोबत का राहत आहेस? तू आम्हा दोघांपैकी एकाशी विवाह करून सुखी हो. आता तुझं जे आयुष्य आहे त्यापेक्षा कितीतरी जास्त सुंदर आयुष्य तुला जगता येईल.''

त्यावर सुकन्या म्हणाली, ''महोदय, मला क्षमा करा. परंतु मी माझ्या पतीला सोडून कुठेही जाणार नाही.''

त्यावर तिला मोहात पाडण्यासाठी ते दोघे म्हणाले, ''आम्ही तुझ्या पतीला चिरतारुण्याचं वरदान देतो. त्यानंतर मात्र अगदी निर्लेप मनाने आणि खरेपणाने तू तुझा पती किंवा आम्हा दोघांपैकी एक यातून एकाची निवड कर.''

सुकन्येने त्यांचा हाही प्रस्ताव नाकारला आणि ती आपल्या पतीकडे म्हणजेच च्यवन ऋषींकडे गेली. त्या आश्विनीकुमारांच्या बरोबर जे काही बोलणं झालं ते तिने आपल्या पतीला सांगितलं. मग च्यवनऋषींनी आपल्या पत्नीकरवी त्या दोघा आश्विनीकुमारांना आपल्या आश्रमात बोलावून घेतलं. त्यांची ऋषींशी भेट होताच

ते त्यांना म्हणाले, ''मला तुमचा प्रस्ताव मान्य आहे. मला चिरतारुण्याचं वरदान द्या.''

मग त्या आश्विनीकुमारांनी तिथेच च्यवन ऋषींवर उपचार सुरू केले. त्यांनी एका तळ्यात काही औषधी वनस्पतींचा अर्क टाकून त्यात च्यवन ऋषींना स्नान करायला सांगितलं. त्यानंतर त्यांच्या संपूर्ण शरीराला कायाकल्प नावाचा लेप लावण्यात आला. आणि सर्वांत शेवटी आश्विनीकुमारांनी एक काढा बनवून तो च्यवनऋषींना पिण्यास सांगितला.

हे सर्व पार पडल्यावर ते दोघे आश्विनीकुमार च्यवनऋषींना घेऊन त्या तळ्यात स्नानासाठी उतरले. जरा वेळात ते तिघे स्नान करून बाहेर पडले, तेव्हा सर्व जण एकसारखेच दिसत होते.

सुकन्येने अत्यंत मनोभावे ईश्वराची प्रार्थना केली आणि त्या तिघांमधून आपल्या पतीला तिने अगदी अचूक ओळखलं. च्यवनऋषी प्रसन्न झाले. त्यांनी आश्विनीकुमारांना सांगितलं, ''इथून पुढे जेव्हा जेव्हा मी यज्ञयाग करीन, तेव्हा त्यातील काही हवन मी तुमच्या नावे करीन.''

च्यवनऋषींनी प्राशन केलेल्या काढ्यामुळे त्यांना तारुण्य प्राप्त झालं. त्यावरूनच 'च्यवनप्राश' हा शब्द रूढ झाला. आजही च्यवनप्राश नावाचा एक औषधी मुरांबा लोक आरोग्यासाठी खातात.

राजकन्या आणि कुरूप बुटका

पांडव जेव्हा तेरा वर्षांच्या वनवासात होते, तेव्हा त्यांचे आध्यात्मिक गुरू धौम्यऋषी कधीतरी त्यांच्या भेटीला येत आणि त्यांना विविध उपदेशात्मक कथा सांगून त्यांचं मनोरंजन करत.

आपण द्रौपदीला द्यूतात पणाला लावलं. त्यात आपल्याला हार पत्करावी लागली, आपण आपलं राज्य पणाला लावून तेही गमावून बसलो या गोष्टीचा युधिष्ठिराला खूप विषाद वाटत असे. एक दिवस त्याने आपल्या मनातली ही खंत धौम्यऋषींना बोलावून दाखवताच ते म्हणाले, ''हे पाहा, सुख आणि दु:ख हे जीवनचक्राचे अविभाज्य भाग आहेत. माणसावर जेव्हा कठीण परिस्थिती ओढवते, तेव्हा तो कधीतरी स्वत:च्या स्वभावधर्माविरुद्ध काहीतरी विचित्र वागतो. अशा वेळी त्याला उपदेश करून किंवा समजावून सांगूनही काही फरक पडत नाही. आपल्या इतिहासात अशा प्रकारच्या खूप मोठ्या चुका राजेरजवाड्यांच्या हातून घडून आल्याच्या अनेक कथा आहेत. त्या चुकांमुळे त्यांच्या कुटुंबीयांना हालअपेष्टा सहन कराव्या लागल्याचीसुद्धा उदाहरणं आहेत. परंतु ओढवलेली अशी दुर्धर परिस्थिती कधी ना कधीतरी संपते, वाईट दिवस सरतात, पुन्हा चांगले दिवस येतात. कोणाच्याही आयुष्यात सतत फक्त चांगलं किंवा फक्त वाईट कधीही घडत नाही.''

हे त्यांचं बोलणं ऐकून युधिष्ठिराची उत्सुकता ताणली गेली. तो धौम्यऋषींना म्हणाला, ''तरीपण इतिहासात कधी द्यूताच्या खेळात स्वत:च्या पत्नीला पणाला लावणारा किंवा स्वत:चं राज्य गमावून बसणारा माझ्याइतका मूर्ख राजा कुणीतरी झाला असेल का? माझ्या या कृत्यामुळे मी माझ्या कुटुंबीयांना आणि प्रजाजनांना

केवढं तरी दुःख दिलं आहे.''

''होय. असा एक राजा होता. त्याचं नाव नलराजा. मी तुला त्याची कथा सांगतो.

''विदर्भराज्याची राजकन्या दमयंती ही तिच्या अद्वितीय लावण्यासाठी प्रसिद्ध होती. ती इतकी सुंदर होती की तिच्या सौंदर्याची चर्चा देवादिकांमध्ये सुद्धा होत असे.

''निषाध राज्याच्या राजाला दोन पुत्र होते. एकाचं नाव नल तर दुसऱ्याचं पुष्कर. नल हा अत्यंत देखणा, आकर्षक असून तो सर्वांच्या आदरास पात्र होता.

''एक दिवस नल रानात शिकारीला गेला असता दमूनभागून एका तळ्याच्या काठी विश्रांती घेत बसला होता. तळ्यात अनेक शुभ्र हंस पोहत होते. त्यांच्यातच एक सोनेरी राजहंससुद्धा पोहत होता. त्या इतक्या सुंदर पक्ष्याला पाहून नलाचं भानच हरपलं. त्याने हळूच मागच्या बाजूने जाऊन त्या सोनेरी राजहंसाला पकडलं. त्याच्या आजूबाजूचे हंस तत्काळ उडून गेले. पण या सोनेरी पक्ष्याला नलाच्या तावडीतून स्वतःची सुटका करून घेता येईना.

''अचानक तो राजहंस मानवी आवाजात नलाशी बोलू लागला. 'हे नला, कृपाकरून मला मुक्त कर. या पृथ्वीतलावरील प्रत्येक सजीवाप्रमाणे मलासुद्धा स्वातंत्र्याची गरज आहे. तू एक फार मोठा राज्यकर्ता आणि सेनानी आहेस. तुला माझं बोलणं नक्की पटेल अशी माझी खात्री आहे.'

''नलाला त्या राजहंसांचं बोलणं पटलं. त्याने आपल्या हाताची पकड ढिली करून त्याला सोडून दिलं.

''तू मला मुक्त केलंस हे फार चांगलं केलंस, तो राजहंस म्हणाला. की तू एका यःकश्चित पक्ष्याचं बोलणं ऐकलंस. तू एक न्यायप्रिय राज्यकर्ता आहेस, हे तू सिद्ध केलंस. जेव्हा कुणी आपल्याला मदत करतं, तेव्हा आपणही त्या व्यक्तीविषयी कृतज्ञता व्यक्त करायला हवी. त्यामुळे तुझ्या चांगुलपणाची परतफेड म्हणून मीही तुला काहीतरी देणार आहे. तुला या जगातली सर्वांत सुयोग्य अशी स्त्री धर्मपत्नी म्हणून लाभेल. राजा भीमाची कन्या राजकुमारी दमयंती हिच्या सौंदर्याची कीर्ती अवघ्या दिगंतात पसरलेली आहे. साक्षात देवदेवतांनाही तिच्याशी विवाह करण्याची इच्छा होते आणि अप्सरांना तिच्या सौंदर्याचा मत्सर वाटतो. तिच्या सौंदर्याला स्वर्गातसुद्धा तुलना नाही. मी तुला आत्ता शब्द देतो की, मी तुमची दोघांची भेट घडवून आणीन.

''एवढं बोलून तो पक्षी दूर उडून गेला.

''त्यानंतर नल बराच वेळ विचारमग्न अवस्थेत त्या ठिकाणी उभा होता. हे जे काही विलक्षण घडलं होतं, त्याचं त्याला नीटसं आकलनसुद्धा होत नव्हतं. पण

दमयंतीच्या सौंदर्याची कीर्ती तो ऐकून होता आणि त्या राजहंसाने त्याला जे काही वचन दिलं होतं, त्यामुळे त्याचा आनंद गगनात मावत नव्हता.

"त्यानंतर तो पक्षी उडतउडत विदर्भ देशात जाऊन पोचला. तेथील राजोद्यानात जाऊन तो एका झुडपामागे लपून बसला. लवकरच इतर शुभ्र हंस पक्षीपण त्याच्या इथे आले आणि ते त्या उद्यानात विहार करू लागले. त्या पांढऱ्या शुभ्र हंसपक्ष्यांकडे दमयंती आकृष्ट झाली. पण ती जवळ येताच ते उडून गेले.

"थोड्याच वेळात एका झुडपामागे दमयंतीला तो सोनेरी पंख असलेला राजहंस दिसला. ती मोहित होऊन त्याला पकडण्यासाठी त्याच्या जवळ गेली. ती जवळ जाताच तो अगदी हळुवारपणे पुढेपुढे जाऊ लागला. जरा वेळातच त्याने तिला भुरळ पाडून तिच्या सख्यांपासून आणि उद्यानातील पहारेकऱ्यांपासून दूर आणलं. तिथे त्यांना बघायला कुणीच नव्हतं. मग तो मुद्दामच दमयंतीच्या हाती सापडला.

"त्यानंतर तो राजहंस मानवी आवाजात म्हणाला, की हे भूतलावरील सर्वांत सुंदर स्त्रिये, मला मुक्त कर. मी राजपुत्र नलाचा दूत आहे. त्याच्याइतका देखणा आणि रुबाबदार राजपुत्र मी अजून कुठेच पाहिलेला नाही. त्या इतक्या शूर आणि कनवाळू योद्ध्यासाठी केवळ तूच सुयोग्य आहेस. तुझ्या तोडीची आणखी कुणीच या जगात नाही. मी आजपर्यंत कित्येक युगुलं पाहिली. पण तू आणि नल यांच्याइतकं एकमेकांसाठी सर्वार्थाने सुयोग्य, सर्वार्थाने तोडीस तोड असलेलं एकही युगुल मी पाहिलेलं नाही. तू जर मला मुक्त केलंस, तर मी तुझा निरोप नलाकडे नेऊन पोचवेन.

"त्यानंतर त्या राजहंसाने नलाच्या शौर्याची, कर्तृत्त्वाची, रूपाची स्तुतिस्तोत्रं गाण्यास सुरुवात केली. दमयंती नकळत या कधीही न पाहिलेल्या राजपुत्राच्या प्रेमात पडली. तिने त्या राजहंसाला मुक्त केलं.

"असे काही दिवस लोटले. आता दमयंतीच्या मनात राजपुत्र नलाखेरीज दुसरा कोणताही विचार येत नव्हता. दिवसरात्र तिला त्याचाच ध्यास लागला होता. तिला अन्न गोड लागत नव्हतं, झोप येत नव्हती. अखेर ती एक तरुणी होती! त्यात ती प्रेमात पडली हाती. तिच्या पित्याला, म्हणजेच राजा भीमाला तिच्या या अवस्थेविषयी कळलं, तेव्हा त्याने तातडीने तिचं स्वयंवर आयोजित करून देशोदेशीच्या राजेरजवाड्यांना त्यासाठी निमंत्रण दिलं.

"नलाला ते निमंत्रण पाहून अत्यानंद झाला. उत्तम वेश परिधान करून आपल्या रथात बसून तो विदर्भदेशाकडे निघाला. तो एक उत्कृष्ट सारथी असून आपला रथ वायुवेगाने हाकत असे. वाटेत त्याला चार चमकदार रथ आकाशातून उतरताना दिसले. त्यात चार देव बसले होते. त्या देवांनी नलाला थांबवलं.

त्यातला एक देव म्हणाला, की मी देवांचा राजा इंद्र आणि हे माझे मित्र- अग्नी, वायू आणि वरुण. स्वर्गात अतीव सुंदर अशा अप्सरा असल्या, तरी दमयंतीच्या सौंदर्याची ख्याती आम्ही ऐकून आहोत. त्यामुळे आम्हा चौघांपैकी निदान एकाचा तरी त्या दमयंतीशी विवाह झालाच पाहिजे, असं आम्हाला वाटतंय.'

"ते ऐकून त्यावर काय बोलावं तेच नलाला सुचेना.

"ते देव म्हणाले. 'हे राजपुत्रा, आम्ही तुझ्या सुसंस्कृत स्वभावाबद्दल ऐकून आहोत. आम्हाला तुझ्याकडून एक मदत हवी आहे.'

"नल भानावर येऊन म्हणाला, 'तुम्हा सर्वांना वंदन असो. पण मी तर एक साधा मर्त्य मानव. मी तुम्हाला काय मदत करणार? तरीपण सांगा.'

"त्यावर देव म्हणाले, 'तू आमचा दूत बनून त्या दमयंतीकडे जा. तिच्यासमोर आमचं गुणवर्णन कर. तिने आमच्यापैकी एकाशी विवाह करावा, म्हणून तिचं मन वळव. एखाद्या मानवी स्त्रीला देवाशी विवाह करण्याची संधी मिळत आहे हे तिचं किती मोठं भाग्य आहे, हे तिला नीट समजावून सांग.'

"त्यांचं बोलणं ऐकून नल अत्यंत निराश आणि दु:खीकष्टी झाला. मग सर्व धैर्य गोळा करून तो म्हणाला, 'मी तुम्हाला मदत करेन असा शब्द देतो. पण देवा, दमयंतीच्या अवतीभोवती कायम तिच्या सख्यांचा आणि नातलगांचा गराडा असतो. त्यामुळे तुमच्या इच्छाआकांक्षांबद्दल, तुमच्या प्रेमाबद्दल तिच्याकडे विषय काढण्यासाठी मला एकांत तरी कसा मिळणार?'

"त्यावर देवांनी स्मितहास्य केलं. 'त्याची काळजी तू मुळीच करू नकोस नला. आम्ही तुला अदृश्य होण्याची शक्ती प्रदान करत आहोत. ती वापरून तू आमचं हे काम पार पडू शकशील.'

"अशाप्रकारे अदृश्य होण्याची शक्ती प्राप्त झाल्यामुळे नल अदृश्य होऊन गुपचुप दमयंतीच्या महालात शिरून योग्य संधीची वाट बघत थांबला. अखेर ती महालात एकटी असण्याचा क्षण आला. नल आपल्या खऱ्या स्वरूपात तिच्यासमोर उभा राहिला.

"घाबरून दमयंती म्हणाली, 'तू कोण आहेस?' आपल्यासमोर अचानक अवतरलेला तरुण किती देखणा आहे हे तिच्या लक्षात आलं. ती पुढे म्हणाली, 'तू मनुष्य आहेस की देव? आणि परवानगी घेतल्याशिवाय तू खुशाल माझ्या महालात कसा काय शिरलास?'

"त्यावर नल म्हणाला, 'मी निषाध देशाचा राजा नल आहे. मी देवांचा दूत म्हणून इथे तुझी भेट घेण्यासाठी आलो आहे. तुझ्या सौंदर्याने ते देव मोहित झाले आहेत. उद्याच्या स्वयंवरात तू त्यांच्यापैकी एकाच्या गळ्यात वरमाला घालावीस यासाठी तुझं मन वळवण्याची कामगिरी त्या देवांनी माझ्यावर सोपवली आहे.'

“त्यावर दमयंती किंचित हसून म्हणाली, ‘हे नला, तुला भेटून आज मला फार आनंद झाला आहे. एका सोनेरी राजहंसाने मला तुझ्याबद्दल खूप काही सांगितलं होतं. तेव्हापासून मी फक्त तुझाच विचार करत असते. तू माझ्या स्वप्नातला राजकुमार आहेस. मी माझं हृदय केव्हाच तुला देऊन बसले आहे. असं असताना मी त्या देवांपैकी कोणाशी विवाह कसा काय करू? शिवाय मी तर मर्त्य आहे आणि ते देव आहेत. ते अमर आहेत.’

“हे दमयंती, तू तर माझ्या कल्पनेपेक्षाही कितीतरी सुंदर आहेस. परंतु त्या सर्व शक्तिमान देवांच्या विरोधात जाण्याची माझी ताकद नाही गं. शिवाय मी त्यांना वचन देऊन बसलो आहे, नल म्हणाला.

“नला, उद्या माझं स्वयंवर आहे. स्वतःच्या मनासारखा पती निवडण्याचा मला पूर्ण अधिकार आहे, दमयंती ठामपणे म्हणाली, तेव्हा कृपया तू यामध्ये काहीही ढवळाढवळ करू नको.

“त्यानंतर नल पुन्हा अदृश्य होऊन तिच्या महालातून बाहेर पडला. तो पुन्हा त्या देवांना भेटला. त्याने दमयंतीचा निरोप त्यांना सांगितला. देवांच्या चेहऱ्यावर निराशा पसरली. आता ते पुढचं पाऊल नेमकं काय उचलतील, असा विचार नलाच्या मनात आला.

“दुसऱ्या दिवशी देशादेशीचे राजे आणि राजपुत्र दमयंतीच्या स्वयंवरासाठी उपस्थित राहिले. चारही देवांनी मुद्दाम हुबेहूब नलाचंच रूप धारण केलं आणि ते स्वयंवराच्या मंडपात त्याच्या शेजारीच बसले.

“जरा वेळात हातात वरमाला घेऊन दमयंतीने मंडपात प्रवेश केला. तिने समोर बसलेल्या राजांवरून आणि राजपुत्रांवरून बारकाईने नजर फिरवण्यास सुरुवात केली. समोरच्या रांगेत एकाऐवजी पाच नल एकमेकांच्या शेजारी बसलेले पाहून ती अचंबित झाली. त्या देवांनी चांगलीच जबरदस्त खेळी खेळली आहे, हे तिच्या लक्षात आलं. तिने मनोमन त्या देवांची करुणा भाकली. ती म्हणाली, ‘हे देवदेवतांनो, आज माझं इथे स्वयंवर आहे. माझा पती निवडण्याचा मला हक्क आहे. तुम्ही सर्व जण महाशक्तिमान आहात, चैतन्याची रूपं आहात. पण माझं नलावरचं प्रेम जर खरं असेल, तर आत्ता तुम्ही मला तुमच्या मूळ रूपात दर्शन द्याल. मला जर नल पती म्हणून लाभला नाही, तर मी आयुष्यात कधीही सुखी होऊ शकणार नाही. आणि तुमच्यापैकी कुणावरच मी कधीही मनापासून प्रेम करू शकणार नाही.’

“तिने कळकळीने केलेल्या त्या विनवणीमुळे देवांच्या हृदयाला पाझर फुटला. अचानक दमयंतीला समोर बसलेल्या पाचांमधून खरा नल कोण ते उमगलं. खरं म्हणजे ते चारही देव अजूनही नलाचंच रूप घेऊन बसले होते. तरीपण एक

बारीकशी गोष्ट दमयंतीच्या नजरेने टिपली. ते चारही देव डोळ्याची पापणीसुद्धा न हलवता तिथे बसून होते. नल मात्र सामान्य मर्त्य मानवांप्रमाणे पापण्यांची उघडझाप करत होता.

''दमयंतीने स्मितहास्य करत पुढे होऊन नलाच्या गळ्यात वरमाला घातली. त्या चारही देवांनी त्या जोडप्याला शुभाशीर्वाद दिले आणि वरदानसुद्धा दिलं.

''इंद्र म्हणाला, 'आजपासून तुम्ही जे काही यज्ञयाग कराल, त्यांना मी जातीने हजर राहीन.'

''अग्नी म्हणाला, 'तुम्ही कधीही मला हाक मारली की तुमच्या हाकेला मी धावून येईन.'

''वरुण आणि वायू या दोघांनीपण असंच वरदान त्यांना दिलं. त्यानंतर सर्व देव स्वर्गात परत जायला निघाले.

''परतीच्या वाटेवर त्यांना उत्तम वस्त्रप्रावरणं परिधान केलेला कली भेटला. कली ही विनाशाची, विध्वंसाची देवता असते. 'काय रे, तू कुठे निघाला आहेस?' देवांनी त्याला विचारलं.

''मी दमयंतीच्या स्वयंवरासाठी चाललो आहे, कली उत्तरला.

''मग तू इथूनच परत जा, कारण दमयंतीने पती म्हणून नलाला वरलं आहे, देव म्हणाले.

''ते ऐकून कलीची फार निराशा झाली. तो संतप्त झाला. त्याला आपली घोर फसवणूक झाल्यासारखं वाटू लागलं. घरी परत जात असताना त्याने मनाशी एक निश्चय केला. त्या नलदमयंतीला त्यांच्या या अशा वागण्याबद्दल कधी ना कधीतरी धड शिकवायचाच.

''दमयंती आणि नल यांचा विवाह सोहळा अत्यंत थाटामाटात पार पडला. इतकी सुंदर आणि अनुरूप जोडी पाहून जगाने त्यांची तारीफ केली. त्यानंतर दमयंती नलाबरोबर त्याच्या घरी, म्हणजेच निषाध देशात गेली. पुढे त्यांना दोन मुलं झाली.

''नल हा एक लोककल्याणकारी राजा आणि न्यायप्रिय शासनकर्ता होता. त्याने प्रजेचं आरोग्य राखण्यासाठी आणि आपलं नगर स्वच्छ ठेवण्यासाठी काही नियम बनवले. प्रजाजन आनंदी आणि समाधानी होते. त्यामुळेच कलीला त्या राज्यात शिरकाव करून घेता येईना. जिथे दारिद्र्य, घाण, अस्वच्छता असते, तिथेच कली शिरू शकतो.

''एक दिवस मात्र संध्याकाळच्या प्रार्थनेसाठी बसण्यापूर्वी नल स्वत:चे पाय धुवायला विसरला. ही संधी साधून कली नलाच्या शरीरात शिरला.

''त्या क्षणापासून कलीने नलाच्या मनावर ताबा मिळवला. तो त्याच्या मनाशी

वेडेवाकडे खेळ खेळू लागला. त्यामुळे नलाचं मानसिक संतुलन बिघडलं. त्याची प्रकृतीपण खालावत जाऊ लागली.

"एक दिवस नलाचा भाऊ पुष्कर याने नलाला द्यूताचा डाव खेळण्याचा आग्रह केला. खरं म्हणजे नल द्यूत कधीच खेळत नसे. पण आता त्याच्या मनात कली शिरला असल्याने त्याने ते निमंत्रण स्वीकारलं.

"आपल्या पतीने द्यूत खेळण्याचं निमंत्रण स्वीकारावं, हे दमयंतीला अजिबात रुचलं नाही. तिने नलाला त्यापासून परावृत्त करण्याचा खूप प्रयत्न केला. पण नलाने तिचं ऐकलं नाही.

"ठरल्या वेळी द्यूताचा खेळ सुरू झाला. सुरुवातीला नलाने आपली सेना पणाला लावली, ती तो हरला. त्यानंतर त्याने आपली सर्व धनसंपत्ती पणाला लावली. तीसुद्धा तो हरला. तिसऱ्या डावाला त्याने आपलं राज्य पणाला लावलं. तेही तो हरून बसला. कलीला तर आनंदाच्या उकळ्या फुटत होत्या. त्याला जे हवं ते साध्य झालं होतं. मग तो नलाच्या शरीरातून आणि मनातून बाहेर पडला. नलाचा भाऊ पुष्कर आपल्या निष्कांचन भावाला निर्लज्जपणे म्हणाला, 'आता तर तुझ्याकडे पणाला लावायला काहीच शिल्लक उरलं नाही. हे राज्यही आता माझं झालं. तेव्हा तू आता इथून चालता हो. तुला आता इथे जागा नाही.'

"त्यानंतर दमयंतीने अक्कलहुशारीने आपल्या दोन्ही मुलांना घाईघाईने आपल्या पितृगृही पाठवून दिलं.

"नल अत्यंत निराश झाला. पण त्याला आता राज्य सोडून जावं तर लागणारच होतं. घडलेल्या घटनेमुळे त्याचे प्रजाजन अत्यंत दुःखी झाले. परंतु नव्याने गादीवर आलेल्या राजा पुष्करपुढे त्यांचं काही चालणार नव्हतं, याची त्यांनाही कल्पना होतीच.

"दमयंतीनेपण पितृगृही जाऊन आरामात राहावं, असं नलाने तिला सुचवलं. पण तिला ते मान्य नव्हतं. ती हट्टाने त्याच्या समवेतच राहू लागली. दोघेही राजधानी सोडून जवळच्या एका रानात राहायला गेले. आपल्या हातून खूप मोठी चूक घडली असल्याची जाणीव नलाला वारंवार होत असे. दमयंती एक राजकन्या होती, ती ऐशारामात, लाडाकोडात वाढली होती. नंतर ती राणी बनली होती. आणि इथे ती आपल्या पतीसोबत अन्नपाण्याविना रानावनात पायी भटकत होती. त्या पतीपत्नींनी काही दिवस तर केवळ पाणी पिऊन गुजराण केली.

"एक दिवस नलाला दूरवर काही पक्षी जमिनीवर चालताना दिसले. त्या पक्ष्यांना पकडून त्यांना बाजारात विकून आपल्याला चार पैसे मिळवता येतील, असा विचार नलाने केला. म्हणजे निदान त्याला आपल्या पत्नीच्या पोटात चार घास तरी घालता आले असते. मग त्याने अंगातील वस्त्रं एखादं जाळं टाकावं तशी

ती त्या पक्ष्यांवर टाकली. पण घडलं ते अजबच! पक्ष्यांनी आपापल्या चोचींमध्ये त्या कपड्यांचं एक एक टोक घट्ट पकडलं आणि सगळा थवा नलाची वस्त्रं घेऊन दूर उडून गेला. आता नलाला अंगात घालायला वस्त्रंसुद्धा शिल्लक उरलं नाही.

''दमयंतीला ही गोष्ट समजताच तिने स्वत: नेसलेल्या वस्त्रामधलं अर्ध वस्त्र फाडून नलाला दिलं त्यामुळे त्याला निदान स्वत:चं लज्जारक्षण तरी करता आलं.

''मग ते रस्त्याने पुढे निघाले. एके ठिकाणी रस्त्याला तीन वाटा फुटल्या होत्या. एक उज्जैनकडे जाणारी, एक विदर्भाकडे जाणारी आणि एक अयोध्येकडे जाणारी.

''परत एकदा दमयंतीने माहेरी जाऊन आपल्या आईवडिलांबरोबर सुखाने राहावं अशी नलाने विनवणी सुरू केली. 'तू तुझ्या आईवडिलांकडे का नाही जात? तिथेच आपली मुलंसुद्धा आहेत. तिथे तू सुखात राहशील. मी काहीतरी करून आपलं राज्य परत मिळवेन. सारं काही सुरळीत झालं, की मी तुला नक्की घेऊन जाईन. मी तुला तसं वचन देतो.'

''मी तुम्हाला असं या रानात एकट्याला सोडून कशी जाऊ? संकटसमयी पतीला पत्नीची गरज असते. तहान, भूक, चिंता आणि कष्ट या सर्व गोष्टींमध्ये मी सतत तुमच्या बरोबर राहीन. मी तुमची साथ सोडणार नाही. चांगलं आणि वाईट या दोन्हीचे आपण वाटेकरी आहोत, दमयंती म्हणाली.

''यावर नल शांतच राहिला.

''त्यानंतर काही वेळ काम करून दोघा पतीपत्नींनी एका वृक्षाच्या छायेत विश्रांती घ्यायचं ठरवलं. थकल्याभागल्या दमयंतीला गाढ झोप लागली.

''नलाचं हृदय दु:खाने भरून आलं होतं. आपल्या पत्नीने चार देवांचा प्रस्ताव नाकारून आपल्याला पती म्हणून निवडलं याची त्याला आठवण झाली आणि आता त्याच पत्नीची अशी दारुण अवस्था होण्यास केवळ तोच कारणीभूत होता. त्याने मनात विचार केला, 'हिला जर मी असंच माझ्यासोबत घेऊन पुढे निघालो, तर हिची काय फरपट होईल, देव जाणे. कदाचित तिला आणखी काहीतरी वाईट परिस्थितीला तोंड द्यावं लागेल. आणि ते मला बघवणार नाही. जे काही घडलं त्यात तिची जर काहीच चूक नाही आहे, तर मग तिने या संकटांना तोंड कशासाठी द्यायचं? त्यापेक्षा विदर्भ देशाकडे जाणारा रस्ता तर इथून जवळच आहे. त्यामुळे मी हिला इथेच सोडतो, आणि एकटाच पुढे निघून जातो. ही जेव्हा उठेल तेव्हा मी इथे नाही असं पाहून तिला आपल्या पित्याकडे जाण्यावाचून दुसरा काही पर्यायच उरणार नाही.'

''अत्यंत जड अंत:करणाने आपल्या निद्रित पत्नीला तिथे एकटं सोडून नल पुढे निघाला.

“दमयंतीला जेव्हा जाग आली, तेव्हा नल कुठेच दिसत नव्हता. तिने आसपास भटकून त्याचा खूप शोध घेतला. अखेर तो आपल्याला सोडून गेला असल्याचं तिच्या लक्षात आलं. पण तरीही ती हुंदके देत, रडत तशीच निबिड अरण्यात पतीचा शोध घेत पुढे जात राहिली. अचानक एका अजगराने तिला पकडून विळखा घातला. दमयंती भीतीने रडू लागली. मदतीसाठी धावा करू लागली. नशिबाने काही शिकाऱ्यांचा घोळका जवळून चालला होता. तिच्या हाका ऐकून ते धावून आले आणि त्यांनी तिची सुटका केली.

“दमयंतीने रडत आपली करुण कहाणी त्या शिकाऱ्यांना सांगितली. त्यांना आपल्या दु:खाची कल्पना येईल, असं तिला वाटत होतं. पण घडलं उलटंच. तिच्या अद्वितीय लावण्यामुळे त्या शिकाऱ्यांचा प्रमुख तिच्या प्रेमात पडला. मग तिने अतिशय मनापासून परमेश्वराची प्रार्थना केली. ती मनातल्या मनात म्हणाली, की हे परमेश्वरा, माझं माझ्या पतीवर जर खरं प्रेम असेल तर माझ्याकडे वाकड्या नजरेने पाहणाऱ्या या पुरुषाला शाप देण्याची शक्ती मला दे. याला जिवंतपणी जळू दे!

“त्या क्षणी त्या शिकाऱ्याला आगीच्या ज्वाळांनी वेढलं आणि तो तत्क्षणी मृत्यू पावला. ते भयंकर दृश्य पाहून बाकीच्या शिकाऱ्यांनी तिथून काढता पाय घेतला.

“त्यानंतर दमयंती त्या रानावनातून तशीच भरकटत राहिली. तिला स्थळाकाळाचं भानच उरलं नाही.

“एक दिवस रानातून निघालेला माणसांचा तांडा तिला भेटला. तिला पाहताच थांबून त्यातल्या एकाने तिला विचारलं, की हे भगिनी, तू तर राजघराण्यातली दिसतेस. तू अशी या रानात एकटी कुठे निघली आहेस?

“त्यावर दमयंती काहीच बोलली नाही.

“मग तो माणूस म्हणाला, ‘या रानात महाभयंकर पशू आहेत, सरपटणारे प्राणी आहेत. आमचा हा तांडा आत्ता चेदी राज्याकडे निघाला आहे. तूही आमच्या सोबत चल. तुला तिथे काही ना काहीतरी काम मिळेलच.’

“मग एकही अक्षर न बोलता दमयंती त्यांच्यासोबत निघाली. त्यानंतर केवळ काहीच तासांनी रानटी हत्तींनी आणि इतर वन्य पशूंनी त्यांच्यावर अचानक हल्ला केला. त्यात त्या तांड्यातील कित्येक जण मृत्युमुखी पडले. जी काही थोडीफार माणसं वाचली, त्यात दमयंतीसुद्धा होती. तिला फार मोठा धक्का बसला. तिच्यावर एकापाठोपाठ एक संकटं कोसळत होती. तिला मदत करणाऱ्यांचा विनाश होत होता. ‘मी देवांची विनंती मान्य केली नाही, म्हणूनच कदाचित मला ही शिक्षा मिळत असावी,’ ती स्वत:शी म्हणाली.

''जणूकाही तिच्या मनात चाललेले हे विचार इतरांना समजलेच होते. कारण त्या तांड्यातले जे काही लोक वाचले होते, त्यांना आता ती अवलक्षणी स्त्री वाटू लागली होती. पण तरीही ठरल्याप्रमाणे ते तिला आपल्याबरोबर चेदी राज्यात घेऊन गेले.

''राजधानीत पोचल्यानंतर कुणीतरी तिला राजमातेकडे घेऊन गेलं आणि 'संकटग्रस्त स्त्री' अशी तिची ओळख करून दिली. राजमाता खूप कनवाळू होती. तिने दमयंतीला विचारलं, 'तू काय काम करू शकशील?' त्यावर दमयंती म्हणाली, 'मी राजकन्येच्या दासीचं किंवा सैरंध्रीचं काम करू शकेन.'

''राजमातेने ते मान्य केलं. अखेर दमयंतीला तात्पुरतं का होईना, पण घर मिळालं.

''दमयंती देवांची रोज प्रार्थना करत असे. आपले मातापिता आपल्या मुलांची काळजी घेत असतील, यात तिला काहीच शंका नव्हती. पण आपला पती कुठल्या अवस्थेत जीवन कंठत असेल या विचाराने ती सतत चिंताग्रस्त असे.

''इकडे दमयंतीला निद्रित अवस्थेत त्या झाडाखाली सोडून नल एकटा पुढे निघाला खरा. पण त्याच्या दुर्दैवाचे फेरे अजून संपले नव्हते. तो रानात पुढे चालत सुटला. जरा वेळाने त्याला एक सर्प दिसला. त्या सर्पाभोवती अग्नीचं मंडल होतं.

''इतक्यात नलाला रडण्याचा आवाज ऐकू आला. तो सर्प नलाकडे पाहून म्हणाला, की माझं नाव कर्कोटक. मी या अग्नीच्या वलयाच्या आत अडकून बसलो आहे. तू येऊन माझी सुटका कर.

''नल हा स्वभावत:च कनवाळू वृत्तीचा असल्यामुळे तो लगेच त्या सर्पाच्या मदतीला धावून गेला. त्याने त्या सर्पाला त्या अग्नीच्या वलयातून अगदी अलगद उचलून स्वत:च्या खांद्यावर घेतलं. आणि बाहेर काढलं.

''अचानक कर्कोटकाने त्याला दंश केला. त्यानंतर नलाचं रूपांतर एका कुरूप बुटक्यात झालं. नल ते पाहून संतप्त झाला. तो सर्पाला म्हणाला, की तू हे काय केलंस? मी तुला संकटमुक्त केलं, त्याची परतफेड तू ही अशी केलीस? आपल्या मदतीला धावून येणाऱ्याशी वागण्याची ही कुठली पद्धत? तू अत्यंत दुष्ट आणि कृतघ्न आहेस.

''त्यावर तो सर्प म्हणाला, की मी तुला दंश केल्याबद्दल तू मला शिव्याशाप देऊ नको. मी मुद्दामच तुझ्याशी असं वागलो. आत्ता तू अत्यंत दारुण परिस्थितीत सापडला आहेस. पण तुझ्या या रूपात आता तुला कुणीही ओळखणार नाही. तू काळजी करू नको. पुढे एक वेळ अशी येईल, की तुला तुझ्या मूळ रूपात परत जाण्याची शक्ती मिळेल.

''त्यावर नल काही न बोलता गप्प राहिला. 'कदाचित या कर्कोटक सर्पाच्या

बोलण्यात तथ्य असेलसुद्धा! आपल्या भविष्यात काय वाढून ठेवलंय, कुणी सांगावं?' तो स्वत:शी म्हणाला.

"तिथून दोघांचे मार्ग वेगळे झाले. नलाने अयोध्येचा रस्ता पकडला. त्या काळी अयोध्येवर ऋतुपर्ण नावाचा राजा राज्य करत होता.

> उत्तराखंडात भीमतालच्या जवळ एक टेकडी आहे. त्याचं नाव आहे कर्कोटक टेकडी. टेकडीच्या माथ्यावर एक नागाचं मंदिर आहे. असं म्हणतात की, नल आणि कर्कोटक सर्पाची भेट इथेच झाली. नलाच्या आयुष्यातील त्यापुढचा काही काळ खूप खडतर असणार होता, त्यातून पार पडणं नलाला सोपं जावं म्हणूनच त्या सर्पाने त्याला दंश करून त्याचं रूपांतर एका कुरूप बुटक्यात केलं, असं लोक मानतात. अनेक भाविक दर वर्षी या नागमंदिरात दर्शनासाठी येतात. या मंदिरात येऊन पूजा केल्याने नागसापांपासून संरक्षण मिळतं, असं भक्त मानतात.

"नलाने त्यानंतर आपलं नाव बदलून बाहुक असं नाव धारण केलं. मग तो ऋतुपर्ण राजाच्या दरबारात गेला. राजा ऋतुपर्ण अत्यंत श्रद्धाळू आणि भाविक होता. नल त्याला म्हणाला, 'महाराज, मी एक उत्तम स्वयंपाकी आहे. मी नानाविध प्रकारचे अत्यंत रुचकर असे खाद्यपदार्थ खूप कमी वेळात बनवू शकतो. मला तुम्ही कृपया काम द्या.' नलावर अग्नी, वायू आणि वरुणदेवाची कृपा होती. हे सगळे देव स्वयंपाकात त्याच्या कामी येत असत, त्यामुळेच तो उत्तम पाकसिद्धी अगदी झटपट करू शकत असे.

"राजा ऋतुपर्णासाठी नलाने पाकसिद्धी केली. त्याचं पाककौशल्य पाहून खूश झालेल्या ऋतुपर्णाने त्याला नोकरीवर ठेवून घेतलं. आता नल हा राजवाड्याच्या मुदपाकखान्यामधला मुख्य आचारी बनला.

"अशाप्रकारे नल आणि दमयंती यांचं वेगवेगळं आयुष्य मार्गी लागलं होतं. पण अजूनही त्या दोघांना एकमेकांचा ठावठिकाणा माहीत नव्हता. इकडे दमयंतीचे आई-वडील तिच्याविषयीच्या काळजीने बेजार झाले होते. नलाने द्यूतात आपलं राज्य, धन, संपत्ती आणि सर्वस्व गमावलेलं असून नल आणि दमयंती आता रानावनात भटकत आहेत, इतकंच त्यांना ठाऊक होतं. परंतु दमयंतीकडून त्यांना आजपर्यंत काहीच संदेश आलेला नव्हता. अखेर त्यांनी आपल्या शिपायांना दमयंतीचा शोध घेण्यासाठी रवाना केलं. नलदमयंतीबद्दल महत्त्वपूर्ण माहिती जो कुणी पुरवेल त्या व्यक्तीसाठी त्यांनी एक बक्षीससुद्धा जाहीर केलं.

"राजाच्या या सैनिकांपैकीच सुदेव नावाच्या शिपायाने शोध घेताघेता चेदी

राज्यात प्रवेश केला. तिथे त्याने दमयंतीला राजकन्येच्या दासीचं काम करताना पाहिलं. संधी मिळताच तो तिला जाऊन भेटला. 'महाराणी, या ठिकाणी जरी तुम्ही दासी म्हणून वावरत असलात, तरी मी तुम्हाला ताबडतोब ओळखलं,' तो म्हणाला.

"दमयंतीने त्याच्याकडे आपल्या मुलांची आणि मातापित्याची खुशाली विचारली.

"त्यानंतर जरा वेळातच राजमातेने दमयंतीला आपल्या महालात बोलावून घेतलं. सुदेवही तिथेच उभा होता. राजमाता स्मितहास्य करून तिला म्हणाली, 'अगं दमयंती, तू तर माझी भाची आहेस. मी काही तुझ्या विवाहसोहळ्याला उपस्थित राहू शकले नव्हते आणि गेल्या कितीतरी वर्षांत मी तुला पाहिलंसुद्धा नव्हतं. त्यामुळेच मी तुला ओळखलं नाही. तू इथे माझ्या घरी राहत असूनही मी तुला ओळखू शकले नाही गं बाळा. तू मला त्याबद्दल क्षमा कर. मी तुला सैरंध्री असल्यासारखं वागवलं, दासीची काम करायला लावली. खरंच माफ कर मला. तुला पाहिजे तितके दिवस तू आमच्याकडे राहा.'

"त्यावर दमयंती तिला म्हणाली, 'मावशी, तू अशी स्वत:ला दोष देऊ नको. माणसावर जेव्हा संकटं चाल करून येतात, तेव्हा अशा गोष्टी घडतात. मला माझ्या पतीशिवाय माहेरी जायचं नव्हतं. परंतु माझे आईवडील माझ्या काळजीने किती बेजार झाले असतील, हे मला आता समजतंय. माझे पती आत्ता नेमके कुठे आहेत, हे तर मला अजूनही माहीत नाही. पण आता मात्र मला माहेरी जाऊन माझ्या मुलांबरोबर आणि आईवडिलांबरोबर राहायचं आहे.'

"मग राजमातेने दमयंतीचा खूप आदरसत्कार केला. तिला वस्त्रंप्रावरणं आणि आभूषणं दिली. तिने सुदेवालासुद्धा सुवर्णमुद्रा दिल्या.

"काही दिवसांतच दमयंती आपल्या माहेरी जाऊन पोचली. तिथे तिची मुलं तिला भेटली. पण तरीही ती दु:खीकष्टीच होती. आपला पती कुठे असेल, कसा असेल याची तिला सतत चिंता वाटे. मग तिने त्याचा शोध घेण्यासाठी सर्व दिशांना दूत पाठवले. 'तुम्हाला जो कुणी भेटेल, त्याला तुम्ही हे काही प्रश्न विचारा.' दमयंती दूतांना म्हणाली. एक माणूस आपल्या पत्नीच्या वस्त्रामधलं अर्धं वस्त्र स्वत:च्या लज्जारक्षणासाठी काढून घेतो आणि राहिलेल्या अर्ध्या वस्त्रामध्ये स्वत:चं शरीर झाकून ती निबिड अरण्यात एका वृक्षाखाली झोपलेली असताना तो तिला तिथे एकटं सोडून खुशाल निघून कसा काय जातो? तिच्या रक्षणाची जबाबदारी तो अशी कशी काय झटकू शकतो? हा त्याचा केवळ बेजबादारपणा नाही का?'

"दमयंतीने पाठवलेले दूत या प्रश्नांची अनेक उत्तरं घेऊन परत आले. जवळपास सर्वच लोकांनी असंच म्हटलं होतं, 'होय, हा त्या पतीचा केवळ बेजबाबदारपणाच आहे.'

"पण त्या सगळ्या उत्तरांपेक्षा एक उत्तर खूप वेगळं होतं. त्या उत्तरानं तिचं लक्ष वेधलं. त्या माणसानं म्हटलं होतं. 'ती एक दैवगती होती. पण तसं करण्यामागचा त्या पतीचा हेतू त्याच्या पत्नीने समजून घेतला, तर ती नक्की त्याला क्षमा करेल. त्याने ते केवळ आपल्या पत्नीच्या भल्यासाठीच केलं. म्हणजे ती आपल्या पितृगृही परत गेली असती आणि तिच्या मातापित्यांनी तिचा व्यवस्थित सांभाळ केला असता.'

"ते दूत दमयंतीला म्हणाले, 'आम्ही तुमचा हा निरोप घेऊन सगळीकडे गेलो तसेच राजा ऋतुपर्णाच्या राजवाड्यातही गेलो होतो. तिथे आम्हाला राजाचा स्वयंपाकी बाहुक भेटला. तो राजाच्या खास विश्वासातला माणूस आणि मुदपाकखान्याचा मुख्य आचारी आहे. हा निरोप कुणाकडून आला आहे, असं त्याने विचारताच राजकन्या दमयंतीकडून हा निरोप आला असल्याचं आम्ही त्याला सांगितलं. तसे त्याचे डोळे एकदम पाण्याने भरले. त्याने तुमची आणि तुमच्या मुलांची खुशाली विचारली.'

"ते ऐकून दमयंती त्या दूताला म्हणाली, 'हा बाहुक दिसायला कसा होता? खूप देखणा होता का?'

"त्यावर तो दूत म्हणाला, 'महाराणी, अहो तो खूपच कुरूप आणि बुटका होता. आम्ही खरेतर त्याच्या इतका कुरूप माणूसच कधी पाहिला नाही.' ते ऐकून दमयंतीला धक्का बसला. तिने त्या दूताला तिथून जायला सांगितलं.

"त्यानंतर बराच वेळ दमयंती या नव्याने हाती आलेल्या माहितीवर खूप विचार करत बसली होती. तिचं अंतर्मन तिला हेच सांगत होतं की तो बाहुक म्हणजे तिचा पती नलच होता. परंतु त्याच्या रंगरूपाविषयी तिला त्या दूताकडून जे काही कळलं होतं, त्यामुळे ती मनातून जरा कचरत होती. पण अखेर तिने एक योजना बनवली.

"राजा ऋतुपर्ण हा द्यूताच्या खेळात तरबेज होता. बाहुक त्याच्या खास मर्जीतला माणूस असल्यामुळे आणि तो राजाच्या सहवासात खूप वेळ असल्यामुळे तोसुद्धा या खेळात पारंगत झाला होता. ऋतुपर्ण हा झाडावरची पानं मोजण्यात तरबेज होता तर बाहुक हा उत्कृष्ट सारथी होता. त्यामुळे दोघांनीही परस्परांच्या विद्यासुद्धा आत्मसात केल्या होत्या.

"आता दमयंतीने मुद्दामच बाहुकाविषयी जमेल त्या स्रोताकडून माहिती मिळवण्यास सुरुवात केली होती. ऋतुपर्णाच्या मुदपाकखान्यात मुख्य आचारी असणारा हा बुटका उत्कृष्ट सारथी असल्याचं तिच्या कानावर आलं.

"एक दिवस तिने आपली योजना प्रत्यक्षात उतरवण्याचं ठरवलं. तिने आपल्या वडिलांना विश्वासात घेऊन एक काम सांगितलं. ती म्हणाली, 'पिताजी,

तुम्ही उद्याच ऋतुपर्णाच्या दरबारात एका दूताकरवी माझ्या दुसऱ्या स्वयंवराचं निमंत्रण पाठवा. तो जर त्या बाहुकाबरोबर इथे आला, तर मग पुढे जे काय करायचं, ते मी करेन.'

"दमयंतीच्या वडिलांना हा बेत विशेष पसंत पडला नाही. पण त्यांचा आपल्या मुलीच्या बुद्धिमत्तेवर विश्वास होता. त्यामुळे त्यांनी तिचं म्हणणं ऐकलं.

"ऋतुपर्णाने देवयानीच्या अनुपम सौंदर्याची ख्याती ऐकली होती. त्यामुळे तिच्या स्वयंवराचं निमंत्रण आलेलं पाहून तो हरखून गेला. तो म्हणाला, 'मला जर त्यांनी थोडी आधी कल्पना दिली असती, तर किती बरं झालं असतं? पण हे स्वयंवर उद्याच आहे. मी आता वेळेत कसा काय पोचणार?' मग तो बाहुकाकडे वळून म्हणाला, 'अरे बाहुका, आता तूच या अडचणीतून मार्ग काढू शकशील. तू इतका उत्कृष्ट सारथी आहेस. तूच मला वेळेत तिकडे घेऊन जाऊ शकशील. आपण अश्वशाळेतून अत्यंत वेगाने धावणारे घोडे आणि माझा सर्वोत्कृष्ट रथ घेऊन जाऊ.'

"आपल्या पत्नीचं दुसरं स्वयंवर होणार असल्याची बातमी ऐकून नलाच्या हृदयावर कुणीतरी प्रहार केल्यासारखं त्याला वाटू लागलं. पण आपल्या धन्याची विनंती त्याला डावलता येईना. जड हृदयाने त्याने विदर्भदेशी जाण्याची तयारी सुरू केली. भल्या पहाटे दोघे प्रवासाला निघाले.

"त्याच संध्याकाळी ऋतुपर्ण आणि बाहुक हे दोघे विदर्भदेशी जाऊन पोचले. चेदीनरेश ऋतुपर्ण आणि तो कुरूप बुटका हे दोघे येऊन पोचले असल्याची वार्ता दमयंतीच्या कानी पडताच तिला एक गोष्ट कळून चुकली. आपल्या पतीशिवाय दुसरं कुणी एवढं जास्त अंतर इतक्या कमी वेळात पार करू शकणार नाही.

"आपला अंदाज बरोबर आहे का हे तपासून पाहण्यासाठी तिने आपल्या मुलांना बाहुकाची भेट घेण्यासाठी पाठवले. त्या मुलांना घट्ट मिठी मारून तो रडू लागला, हे तिला समजलं. त्यानंतर तिने दूताकरवी बाहुकाला रात्रीचं जेवण बनवण्याची आज्ञा केली. त्याच्या हातची पक्वान्नं खाऊन तर तिची खात्रीच पटली, ही चव तिच्या पतीच्या हाताची होती. तो कुरूप बुटका बाहुक दुसरा तिसरा कुणी नसून तिचा पतीच होता.

"पण तो आपल्या पतीपेक्षा दिसायला इतका कसा निराळा, हे कोडं काही तिला उलगडेना. अखेर ती दोन्ही मुलांना बरोबर घेऊन स्वत:च त्याची भेट घेण्यासाठी गेली. नियतीने असं ठरवलं असावं, की नलाला झाली तेवढी शिक्षा पुरे झाली. त्यामुळे दमयंती त्याच्यासमोर येताच त्या कुरूप बुटक्याचा कायापालट होऊन त्याचं रूपांतर पूर्वीच्या देखण्या, राजबिंड्या नलात झालं. पती, पत्नी आणि त्यांची मुलं यांच्या मिलनाचा तो क्षण होता.

''मग नल आणि दमयंती दोघं ऋतुपर्णाला जाऊन भेटले. स्वयंवराचा खोटा निरोप पाठवल्याबद्दल आधी दमयंतीने त्याची क्षमा मागितली. बाहुक नेमका कोण आहे, त्याच्या जीवनात काय काय चढउतार आले याची साद्यंत हकिकत ऋतुपर्णाला कळताच त्याला नलाविषयी खूप आदर वाटू लागला. आपल्याला या नलराजाची मैत्री लाभली हा त्याला स्वत:चाच बहुमान वाटला.

''काही काळ लोटल्यावर नल आपल्या निषाधदेशी परत जाऊन आपल्या भावाशी परत एकदा द्यूत खेळला. तो आता द्यूताच्या खेळात निष्णात झाला असल्यामुळे त्याने पुष्कराचा सहज पाडाव करून आपलं राज्य परत मिळवलं. त्यानंतर राहिलेलं आयुष्य त्या कुटुंबाने अत्यंत सुखासमाधानात व्यतीत केलं.''

कथा संपुष्टात आल्यावर युधिष्ठिराने सुटकेचा नि:श्वास सोडला. धौम्यऋषी आपल्याला या कथेद्वारा नेमकं काय सांगू इच्छित आहेत, हे त्याला व्यवस्थित कळून चुकलं– प्रत्येक माणसाच्या आयुष्यात आव्हानं येतातच. पण माणूस धीराने, साहसी वृत्तीने आणि बुद्धिमत्तेच्या जोरावर त्यांचा सामना करू शकतो. दमयंतीनेही तेच तर केलं.

आजही एखाद्या माणसाने उत्तम स्वयंपाक केला, तर त्याची तुलना नलाच्या पाककौशल्याशी करण्यात येते. कन्नडमध्ये उत्कृष्ट स्वयंपाकाला नलपाक असं म्हणतात. दमयंतीचं नाव घेताच सर्वांना राजा रविवर्म्यानं काढलेलं तिचं तैलचित्र आठवतं. या चित्राचं नाव आहे हंस दमयंती. या चित्रात दमयंती सोनेरी राजहंसाशी बोलत असलेली दिसते.

राजकन्या की भेटवस्तू?

प्राचीन काळी देव आणि दानवांमधील युद्ध ही नित्याचीच बाब होती.

देवांचे गुरू बृहस्पती हे अत्यंत विद्वान, प्रकांड पंडित म्हणून प्रसिद्ध होते. त्यांना एक देखणा, बुद्धिमान आणि आज्ञाधारक मुलगा होता. त्याचं नाव कच. असुरांचे सुद्धा एक गुरू होते, शुक्राचार्य. हेसुद्धा तीव्र बुद्धिमत्तेचे आणि प्रचंड विद्वान होते, परंतु ते शीघ्रकोपी होते.

असुरांचा लढाईत कधीही मृत्यू झाला की शुक्राचार्य तत्काळ संजीवनी मंत्राचा जप करून त्याला जिवंत करत. त्यामुळे एक वेळ अशी आली की, देव आणि असुर यांमध्ये झालेल्या प्रत्येक युद्धात असुरांचाच विजय होऊ लागला. देव कितीही शौर्याने लढले, तरीही अखेर त्यांनाच हार मानावी लागे कारण त्यांचे गुरू बृहस्पती यांना काही संजीवनी मंत्र अवगत नव्हता.

सतत हार पत्करावी लागल्यामुळे अखेर देव निराश झाले. त्यांनी सर्व देवांची एक सभा भरवली. बृहस्पतीपुत्र कच याला शुक्राचार्यांच्या आश्रमात विद्यार्जनाचं निमित्त करून पाठवायचं आणि त्याने तिथून गुपचूप संजीवनी मंत्र शिकून परत यायचं, असा निर्णय झाला. देवांनी कचाला एक सल्ला दिला– "तिथे गेल्यावर तो संजीवनी मंत्र आत्मसात करण्यासाठी तुला जे काही करावं लागेल ते कर, कोणत्याही मार्गाचा अवलंब कर, पण तो मंत्र शिकून घे. आपलं सर्वांचं अस्तित्व त्यावर अवलंबून आहे."

कचाने होकार दिला. तो आपल्या कामगिरीवर निघाला.

तो जेव्हा शुक्राचार्यांच्या आश्रमात पोचला, तेव्हा त्यांना विनम्रपणे अभिवादन करून म्हणाला, "मुनिवर, मी कच, बृहस्पतींचा मुलगा. मला तुमच्या आश्रमात

राहून ज्ञानार्जन करण्याची आणि तुमची सेवा करण्याची इच्छा आहे. तुम्ही शिष्य म्हणून माझा स्वीकार करा. मी तुम्हाला तक्रारीची संधी कदापि देणार नाही.''

गुरू शुक्राचार्य अत्यंत चाणाक्ष होते. हा कच आपल्याकडे नेमका कशासाठी आला आहे, हे त्यांनी लगेच ओळखलं. परंतु एखाद्या ऋषींच्या आश्रमात एखादा खरोखरच सत्पात्र विद्यार्थी आला, तर त्याचा शिष्य म्हणून त्या मुनींनी स्वीकार करण्याची रीत होती. शुक्राचार्य मनात म्हणाले, 'मी या कचाला माझा शिष्य म्हणून स्वीकार करायला काहीच हरकत नाही. शेवटी त्याला नेमकं काय शिकवायचं आणि काय नाही, हे तर मीच ठरवणार.'

कच गुरुजींना दिलेल्या शब्दाला जागला. त्याने त्यांची मनोभावे सेवा केली. शुक्राचार्यांनी त्याला अनेक विद्या शिकवल्या. परंतु त्यांनी त्याला संजीवनी मंत्र मात्र शिकवला नाही, कारण त्याला संजीवनी मंत्र शिकवण्याचे काय परिणाम होतील, हे ते जाणून होते.

शुक्राचार्यांना एक अत्यंत सुंदर मुलगी होती. तिचं नाव देवयानी. ती त्यांची अतिशय लाडकी होती. देवयानीची आई कित्येक वर्षांपूर्वी वारली होती. त्यामुळे तिचं तिच्या वडिलांशी फार घट्ट नातं होतं.

आश्रमात कच राहायला आल्यामुळे देवयानीला एक समवयस्क मित्र मिळाला, म्हणून ती फार खूश झाली. तिचे वडील नेहमी ज्ञानदानात व्यग्र असत. ती आपलं मन त्याच्यापाशी मोकळं करायची आणि तो तिची छोट्यातली छोटी इच्छासुद्धा पूर्ण करण्यासाठी धडपडायचा. देवयानीने रानातलं एखादं फूल मागितलं, तर तो रानातून ते फूल तिच्यासाठी शोधून आणायचा. ती जर फेरफटका मारायला निघाली, तर तिचं रक्षण करण्यासाठी कच तिच्यासोबत जायचा. हळूहळू मैत्रीचं रूपांतर प्रेमात झालं. देवयानी कचाच्या प्रेमात आकंठ बुडून गेली. आश्रमात इतर काही असुर शिष्य राहत होते. कच देवयानी यांच्यामध्ये हे जे काही चाललं होतं, त्यावर ते बारकाईने नजर ठेवून होते. त्यांना ते मुळीच आवडलेलं नव्हतं. हा कच शुक्राचार्यांच्या आश्रमात नक्की कोणत्या उद्देशाने आला आहे याची त्या शिष्यांना कल्पना होती. परंतु आपल्या गुरूंपाशी त्या गोष्टीची वाच्यता करण्याची त्यांची हिंमत नव्हती.

एक दिवस शुक्राचार्यांनी कचाला गाईंना चरायला घेऊन जाण्याचं काम दिलं. ही संधी साधून असुर शिष्यांनी कचाला मारून टाकलं. संध्याकाळ झाल्यावर गाई आपल्या आपणच आश्रमात परतल्या.

रात्र झाली, तरीही कच काही आश्रमात परत आला नाही. देवयानीला त्याची चिंता वाटू लागली. तो सुरक्षित असेल की नाही, अशी शंका तिच्या मनाला भेडसावू लागली. अखेर ती आपल्या वडिलांकडे जाऊन हळूच म्हणाली, ''पिताजी,

मला कचाची खूप काळजी वाटते आहे. तो गाईंना चरायला घेऊन गेला होता ना? तो परत आलाच नाही. गाई परत आल्या. तुम्ही काहीतरी करा ना. त्याचा शोध घ्या.''

शुक्राचार्यांनी मान वर करून पाहिलं, तर त्यांच्या लाडक्या लेकीच्या डोळ्यांत अश्रू होते. त्यांनी डोळे मिटून योगसाधना केल्यावर कचाला आश्रमातल्या असुर शिष्यांनी मारून टाकल्याचं त्यांना समजलं. पण आपल्याच असुर शिष्यांनी कचाचा असा निर्दयपणे वध करून त्याला रानात फेकून दिलं असल्याचं त्यांनी आपल्या कन्येला कळू दिलं नाही. त्यांनी संजीवनी मंत्राचा जप करून कचाला जिवंत केलं आणि तो सुरक्षितपणे आश्रमात परत येईल, अशी तजवीज केली.

काही दिवसांनंतर त्या असुरांनी आणखी एकदा कचाचा जीव घेण्याचा प्रयत्न केला. या खेपेस त्यांनी त्याला मारून त्याचं कलेवर विहिरीत फेकून दिलं. शुक्राचार्यांनी गुपचूप त्याला पुन्हा जिवंत केलं.

असुर या प्रकारामुळे संत्रस्त झाले. त्यांनी खूप विचारविनिमय करून एक दुष्ट योजना बनवली. या खेपेस त्यांनी कचाला जाळून टाकलं. त्यानंतर त्याची राख पाण्यात मिसळून ते पाणी आपल्या गुरूंच्या पिण्याच्या पाण्याच्या भांड्यात ठेवून दिलं.

त्या संध्याकाळी गुरुजींनी जेवण झाल्यावर ते पाणी पिऊन टाकलं. संध्याकाळ सरून रात्र झाली तरी कच आला नाही. परत एकदा देवयानीने अश्रू गाळत कचाला शोधून काढण्याची आपल्या वडिलांना विनंती केली.

शुक्राचार्य ध्यान लावून बसले. आता मात्र सत्य काय ते देवयानीला सांगावंच लागणार, हे त्यांना कळून चुकलं. ते आपल्या मुलीला घडलेली हकिकत सांगून म्हणाले, ''बाळा, अगं तो कच माझ्या पोटात आहे. आता त्याला जिवंत करणं अशक्य आहे.''

त्यावर डोळ्यांत पाणी आणून देवयानी म्हणाली, ''नाही पिताजी, असं नाही चालणार. काहीही करा, पण कचाला जिवंत करा.''

त्यावर देवयानी म्हणाली, ''पिताजी, मला तुम्ही दोघं जिवंत हवे आहात. तुम्ही माझ्यासमोर असा पर्याय नाही ठेवू शकत. माझं तुम्हा दोघांवरही प्रेम आहे.''

त्यावर शुक्राचार्य म्हणाले, ''बाळे, हा कच कुणी सामान्य नाही बरं. तो माझ्याकडे शिकायला का आला आहे, त्यामागचं खरं कारण मी जाणून आहे. सत्य असं आहे, की त्याला माझ्याकडून संजीवनी मंत्र शिकून घ्यायचा आहे. आणि आम्ही दोघंही जिवंत राहावं अशीच जर तुझी इच्छा असेल, तर तो माझ्या पोटात असताना आधी तो संजीवनी मंत्र मला त्याला शिकवावा लागेल. त्यानंतर मी त्याला जिवंत करीन. पण तसं केल्यावर माझा तत्काळ मृत्यू होईल. त्यानंतर त्यानी

त्या मंत्राचा प्रयोग करून मला जिवंत करायला हवं. पण देवयानी, असं करणं हे फार मोठा धोका पत्करणं आहे गं. हे असं करण्याचे काय परिणाम होऊ शकतात हे तू नीट समजून घे, देवयानी. कारण कचाला संजीवनी मंत्र एकदा अवगत झाला की असुरांचा पूर्णपणे विनाश झालाच म्हणून समज. आणि असं करणं म्हणजे असुरांच्या राजावर किती मोठा अन्याय करणं आहे. म्हणून मी तुला विनवणी करतो गं बाळे, तू कचाला विसरून जा.''

पण देवयानी अतिशय हट्टी होती. ती शुक्राचार्यांचं काही एक ऐकून घ्यायला तयार नव्हती. ती म्हणाली, ''पिताजी, पण मी कचाला सांगेन ना. तो संजीवनी मंत्र फक्त माझ्या वडिलांना जिवंत करण्यापुरताच वापरायचा. नंतर कधीही तो वापरायचा नाही. तो माझं नक्की ऐकेल. माझ्यासाठी एवढं कराच पिताजी. त्याचे प्राण परत आणा.''

शुक्राचार्यांचं आपल्या मुलीवर जिवापाड प्रेम होतं. त्या प्रेमापोटी त्यांनी सारासार विचार बाजूला ठेवला. तिच्यापुढे हार मानली. त्यांनी कचाला आधी संजीवनी मंत्राची विद्या देऊन नंतर जिवंत केलं. त्याच क्षणी त्यांचा स्वतःचा मृत्यू ओढवला. कचाने आपलं शिष्याचं कर्तव्य पार पाडून तत्काळ संजीवनी मंत्राच्या साहाय्याने आपल्या गुरुजींना जिवंत केलं.

शुक्राचार्यांनी आपला हा अनमोल असा संजीवनी मंत्र कचाला ज्या ठिकाणी शिकवला, ते ठिकाण म्हणजे महाराष्ट्रातील कोपरगाव. इथे एक प्राचीन मंदिर असून त्या मंदिरात जाऊन कोणालाही, कोणत्याही दिवशी, कोणत्याही प्रहरी विवाह करता येतो. त्यासाठी मुहूर्ताची गरज भासत नाही. आजही गोदावरी नदीच्या दोन तीरांवरील लोकांमध्ये लुटुपुटूचं युद्ध आयोजित करण्यात येतं. एक बाजू देवांची असते तर एक राक्षसांची.

आता देवयानीचा आनंद गगनात मावेना. तिच्या आयुष्यातील हे दोघेही अत्यंत महत्त्वाचे पुरुष जिवंत होते, आरोग्यपूर्ण होते.

परंतु या घटनेनंतर कच शुक्राचार्यांच्या आश्रमात ज्या कामगिरीसाठी आला होता, ती फत्ते झाली. आता लवकरच आपल्याला आश्रम सोडून जावा लागणार, हे त्याला कळून चुकलं.

दुसऱ्या दिवशी कचाने परत जाण्याची तयारी सुरू केली असल्याचं देवयानीच्या लक्षात येताच तिला आश्चर्याचा धक्का बसला. ''कचा? तू कुठे निघालास?'' ती म्हणाली.

कचाने त्यावर काहीच उत्तर दिलं नाही. ते पाहून देवयानी रडू लागली. "माझं तुझ्यावर प्रेम आहे, कचा. तू जिवंत राहावंस म्हणून मी काय नाही केलं? आता तू माझ्याशी विवाह केलाच पाहिजेस. तसं करणं तुझं कर्तव्य आहे.''

त्यावर हलकेच हसून कच म्हणाला, "प्रिय देवयानी, तू माझ्या गुरूंची कन्या आणि माझी मैत्रीण म्हणून मी नेहमीच तुझा आदर केला. पण माझं तुझ्यावर प्रेम असल्याचं मी कधीतरी सूचित केलं का? आता तर मी तुझ्या वडिलांच्या पोटी जन्माला आलो, या नात्याने मी तुझा भाऊच नाही का झालो? मला क्षमा कर, पण मी तुझ्याशी विवाह नाही करू शकत.''

देवयानीने त्याचं मन वळवण्याचा खूप प्रयत्न केला. पण तिला काही त्यात यश आलं नाही. तिने क्षुब्ध होऊन कचाला शाप दिला, "त्या संजीवनी मंत्राचा तुला कधीच उपयोग होणार नाही; कारण तो प्राप्त करून घेण्यासाठी तू माझा वापर केलास, माझ्या भावनेशी खेळलास. तुला आता तो मंत्र जरी अवगत असला तरी त्याचा उपयोग करून तू कधीही कुणालाच जिवंत करू शकणार नाहीस''

कच हा मूळचा शांत आणि सुस्वभावी तरुण होता. परंतु तिचे शब्द ऐकून तोही संतापला. त्यानेसुद्धा तिला शाप दिला. "हे देवयानी, तुझा एखाद्या ऋषिपुत्राशी कधीही विवाह होऊ शकणार नाही. ऋषी हे शांत आणि सुस्वभावी असतात. पण तू अत्यंत हट्टी आणि कोपिष्ट आहेस. त्यामुळे कोणताही ऋषिपुत्र तुला पती म्हणून लाभणार नाही.''

एवढं बोलून कच आश्रमातून निघून गेला आणि देवयानी परत एकदा एकाकी झाली.

असेच खूप दिवस लोटले. एक दिवस देवयानीला तिची मैत्रीण आणि असुर राजाची कन्या असलेल्या शर्मिष्ठेकडून जलक्रीडेसाठी निमंत्रण आलं.

देवयानीला खूप आनंद झाला. ती ठरलेल्या दिवशी, ठरलेल्या ठिकाणी जलक्रीडेत भाग घेण्यासाठी जाऊन पोचली. तिथे राजकन्या शर्मिष्ठेच्या इतर सख्या आल्या होत्या. त्या सर्व जणी उंची आणि सुंदर, भरजरी वस्त्रालंकार परिधान करून आल्या होत्या. देवयानी एकटीच साधं, सुती वस्त्र नेसून गेली होती. तिथे तिला एक गोष्ट कळून चुकली. ती एका गरीब ऋषींची कन्या होती. तिच्या घरची राहणी फार साधी होती. या राजघराण्यातल्या धनिकांच्या कन्यांची आणि तिची तुलनाच होणं शक्य नव्हतं.

जरा वेळानंतर सर्व जणी एका प्रचंड मोठ्या जलकुंभात जलक्रीडेसाठी उतरल्या. सर्व जणी हसतखिदळत एकमेकींच्या अंगावर पाणी उडवू लागल्या.

त्यानंतर जलक्रीडेला सुरुवात झाली. राजकन्या शर्मिष्ठा हिने सर्व सूत्रं हाती घेतली. पुढचे कित्येक तास ही क्रीडा चालूच होती. अखेर दुपार सरली, संध्याकाळ झाली आणि त्यांची क्रीडा संपुष्टात आली.

सर्व तरुणी पाण्याबाहेर येऊन ओली वस्त्रं बदलू लागल्या. देवयानी एका अंधाऱ्या कोपऱ्यात जाऊन कपडे बदलू लागली. इतक्यात शर्मिष्ठा आपले कपडे शोधत तिथे आली. तिने देवयानीच्या अंगावर प्रकाशझोत टाकताच तिच्या लक्षात आलं. देवयानीने शर्मिष्ठेची वस्त्रं परिधान केली होती. ते पाहून शर्मिष्ठेचा संताप अनावर झाला. ती रागाने ओरडली, "तुझी ही हिंमत! तू एका गरीब शिक्षकाची मुलगी आहेस आणि तू खुशाल माझी वस्त्रं अंगात घातलीस? माझी जरतारी, रेशमी वस्त्रं? तू नेहमी साधे, सुती कपडे घालतेस ना? माझी वस्त्रं मला आत्ताच्या आत्ता परत दे."

शर्मिष्ठाने इकडेतिकडे पाहत देवयानीच्या सुती कपड्यांचा शोध घेतला. ते तिला सापडताच तिने ते देवयानीच्या अंगावर भिरकावले.

देवयानीने शर्मिष्ठेचे कपडे उतरवून आपले स्वत:चे सुती कपडे अंगात घातले. पण ती अपमानित झाली होती. ती राजकन्या शर्मिष्ठेच्या अंगावर जोरात ओरडली, "माझ्या हातून चुकून ते घडलं, शर्मिष्ठा. इथे खूप अंधार होता. तू माझ्याशी या अशा भाषेत कशी काय बोलू शकतेस? माझ्या विद्वान वडिलांकडे जो संजीवनी मंत्र आहे, त्याच्या जोरावर तर आज असुर सगळी युद्धं जिंकत आहेत. तू ही गोष्ट कशी काय विसरतेस?"

"तू जास्त काही बोलूच नको, देवयानी," शर्मिष्ठा ओरडून म्हणाली. "तुझे वडील काही उपकार करत नाही आहेत. ते काही ही गोष्ट चांगुलपणापोटी करत नाही आहेत तर स्वत:चा चरितार्थ चालवण्यासाठीच ते करत आहेत. ते त्यासाठी पूर्णपणे माझ्या वडिलांवर अवलंबून आहेत ही गोष्ट तू विसरू नको." शर्मिष्ठाच्या आवाजात उपरोध पुरेपूर भरला होता.

त्यांचं भांडणं चांगलंच विकोपाला गेलं. शर्मिष्ठा आणि देवयानी या दोघींचा पारा चढला. त्यांचा सरासार विवेक लुप्त झाला. त्यांच्या सख्या हे भांडण दुरूनच पाहत होत्या. आता काय करावं, हेच त्यांना कळत नव्हतं. त्या दोघींमधली एक राजकन्या होती तर दुसरी एका महान, विद्वान महर्षींची कन्या होती, त्या सर्वांची आवडती देवयानी होती. त्या दोघींचं भांडण थांबवण्याची हिंमत कुणामध्येच नव्हती. बघताबघता अंधार झाला. इतर सख्या गुपचूप आपापल्या घरी परत गेल्या.

इकडे शर्मिष्ठा रागाने इतकी बेभान झाली होती की तिने देवयानीला पाणी नसलेल्या एका विहिरीत ढकलून दिलं. त्यानंतर ती तिला तिथेच सोडून आपल्या राजवाड्यात निघून गेली.

कित्येक तास लोटले. त्या मिट्ट काळोखात देवयानी तिथे पडून होती. सर्वत्र भयाण शांतता पसरली होती. ती आता हमसाहमशी रडू लागली. ती स्वत:शीच म्हणाली, 'मी घरी परत आलेली नाही, हे जेव्हा पिताजींच्या लक्षात येईल, तेव्हा ते नक्की माझा शोध घेतील. पण ते माझा शोध घेण्यास सुरुवात कधी करतील? कदाचित शर्मिष्ठा त्यांच्याशी खोटं बोलेल. कदाचित अन्नपाण्याविना तडफडून या ठिकाणी माझा मृत्यूसुद्धा होईल.'

मग तिने मोठ्यांदा ओरडून मदतीचा धावा सुरू केला.

अखेर पहाटेच्या अंधूक प्रकाशात तिथून जात असलेला एक रथ थांबला. तो रथ नहुशाचा पुत्र राजा ययाती याचा होता. त्याला देवयानीचा क्षीण आवाज ऐकू आला. कोण रडत असावं, असा त्याला प्रश्न पडला.

त्याने रथ थांबवून त्या आवाजाच्या दिशेने शोध घेतला. जवळच्या एका विहिरीतून एका मुलीचा रडण्याचा आवाज येत होता. त्याने विहिरीत डोकावून पाहताच त्याला एकाकी तरुणी रडत उभी असलेली दिसली. त्याला तिचा चेहरा फार स्पष्ट दिसत नसला, तरी पहाटेच्या त्या अंधूक प्रकाशात ती अत्यंत सुंदर तरुणी असल्याचं त्याच्या लक्षात आलं. त्याने खाली वाकून आपला उजवा हात पुढे करताच त्या तरुणीने त्याचा हात आपल्या उजव्या हातात घेतला. मग त्याने सर्व शक्तीनिशी तिला विहिरीच्या बाहेर काढलं.

ययातीने तिला स्वत:ची ओळख करून दिली. "मी राजा ययाती. पण तुझ्यासारखी सुंदर तरुणी अशी भलत्या वेळी इथे या विहिरीच्या तळाशी काय करते आहे?"

त्यावर देवयानी मान खाली घालून म्हणाली, "मी महर्षी शुक्राचार्यांची मुलगी देवयानी आहे. माझे पिताजी असुरांचे गुरू आहेत. मला एका राजकन्येने या विहिरीत ढकललं. परंतु आता तुम्ही माझा उजवा हात तुमच्या हाती घेतला आहे. आता मी तुमची झाले आहे. त्यामुळे आता आपला नकळत विवाहच झालेला आहे. आता तुम्ही औपचारिकपणे माझ्याशी विवाह करून माझा स्वीकार करावा."

तिचे शब्द ऐकून ययातीला मोठाच धक्का बसला. देवयानी जरी कितीही सुंदर असली, तरी तिचे वडील, शुक्राचार्य ऋषी अतिशय शीघ्रकोपी म्हणून प्रसिद्ध होते. तो म्हणाला, "हे तरुणी, मी तुला केवळ मदत करण्यासाठी तुझा हात हाती घेतला. तुझ्याशी विवाह करण्याचा हेतू माझ्या मनात कधीच नव्हता."

"तसा हेतू तर माझाही नव्हता," देवयानी म्हणाली, "परंतु जर एखाद्या ऋषिकन्येचा उजवा हात एखाद्या पुरुषाने आपल्या उजव्या हातात पकडला, तर तिला त्याच्याशीच विवाह करावा लागतो, अशी रीत आहे. तुम्हाला हे माहीत नाही का?" तिने एक सुस्कारा सोडला, "तेव्हा हे असं घडलं आहे."

कचाने देवयानीला दिलेला शाप अशाप्रकारे खरा झाला.

राजा ययातीने जराशा नाराजीनेच या गोष्टीला मान्यता दिली. परंतु आता याबद्दल तिचे पिताजी महर्षी शुक्राचार्य यांची नेमकी काय प्रतिक्रिया होईल, याची त्याला मनातून भीती वाटत होती.

मग पुढे काय करायचं, ते देवयानीनंच सुचवलं. ती म्हणाली, ''आता मी घरी जाऊन माझ्या वडिलांशी बोलते. तुम्ही उद्या आश्रमात या आणि रीतसर माझ्या वडिलांकडे माझ्यासाठी लग्नाची मागणी घाला.''

इकडे आश्रमात शुक्राचार्य देवयानीच्या काळजीने अतिशय अस्वस्थ झाले होते. ''खरंतर रात्र होण्यापूर्वीच तिनं घरी यायला हवं होतं,'' ते म्हणाले, ''ती इतक्या उशिरापर्यंत कधीच बाहेर राहत नाही. तिला काय झालं असेल? ती आजारी तर पडली नसेल ना? त्या जलक्रीडेच्या वेळी काही अपघात घडला असेल तर? ती पाण्यात बुडाली तर नसेल ना? मी तिच्याशिवाय कसा राहू? मला आता काहीतरी केलंच पाहिजे.''

ते अस्वस्थपणे घरात येरझाऱ्या घालू लागले.

इतक्यात देवयानी घरी पोचली. तिचा चेहरा लालबुंद झाला होता. ती खूप रागावलेली होती आणि अतिशय अस्वस्थसुद्धा होती. मग देवयानीने घडलेली सगळी हकिकत शुक्राचार्यांना सांगितली. त्यानंतर ती म्हणाली, ''उद्या ययाती महाराज तुमच्याकडे माझ्यासाठी विवाहाचा प्रस्ताव घेऊन येणार आहेत. मलाही हा विवाह मान्य आहे.''

शुक्राचार्यांनीसुद्धा ययाती आणि देवयानी यांच्या विवाहाला मान्यता दिली.

पण देवयानीचा राग अजून शांत झाला नव्हता. ती म्हणाली, ''तुम्ही शर्मिष्ठाच्या वडिलांच्या दृष्टीने इतके महत्त्वाचे आहात ना? मग आता माझ्या विवाहसोहळ्याची सगळी व्यवस्था त्यांनाच करायला सांगा. आणि हो, मला या विवाहप्रसंगी तुमच्याकडून एक खास भेट हवी आहे. ती कोणती, हे मी तुम्हाला विवाहाच्या दिवशी सांगेन.''

शुक्राचार्य तिला शांत करत म्हणाले, ''अगं देवयानी, मी असुरांच्या राजाला अनेक वेळा मदत केली आहे. त्यामुळे तुला जे काही हवं आहे, ते तो नक्की देईल. बोल, तुला लग्नाची भेट म्हणून काय हवं?''

त्यावर देवयानी काहीच बोलली नाही.

''तुला काही ग्रंथ हवे आहेत का?'' शुक्राचार्य म्हणाले.

''पिताजी, मला ग्रंथही नकोत आणि धनसंपत्तीही नको. त्याऐवजी माझ्या लग्नानंतर मी जेव्हा पतिगृही जाईन, तेव्हा राजकन्या शर्मिष्ठेने माझी गुलाम होऊन माझ्या सोबत यावं, अशी माझी इच्छा आहे.''

देवयानी ही असली काहीतरी मागणी करेल असं शुक्राचार्यांना स्वप्नातसुद्धा वाटलं नव्हतं. ऋषिकन्यांची राहणी नेहमी अगदी साधी असते आणि त्यांना केवळ ज्ञानाचीच आस असते. शुक्राचार्यांनी आपल्या मुलीला या अशा विचारापासून परावृत्त करण्याचा खूप प्रयत्न केला. ते म्हणाले, ''हे बघ मुली, त्या राजकन्या शर्मिष्ठेच्या हातून खूप मोठा प्रमाद घडलेला आहे हे मी मान्य करतो. पण तरी तू हा सर्व प्रसंग विसरून जाऊन तिला मोठ्या मनाने क्षमा करावीस असंच मला वाटतं. ती असुरांची राजकन्या आहे. तू तिला आपली गुलाम नाही बनवू शकत. मी तिच्या गैरवर्तनाविषयी तिच्या वडिलांशी बोलणारच आहे. आणि ते तिला त्याची शिक्षासुद्धा देतील. पण बाळा, तू आपल्या पतीच्या घरी प्रसन्न, शांत मनाने आणि समाधानाने जावंस असं मला वाटतं. हृदयात अशी सूडभावना धगधगत ठेवून तू जाऊ नकोस.''

पण देवयानी मात्र काहीच ऐकून घेण्याच्या मन:स्थितीत नव्हती. ती म्हणाली, ''पिताजी, मी ही एवढी एकच तर गोष्ट तुमच्याकडे मागते आहे. मला दुसरं काही नको.''

आपली मुलगी किती हट्टी आहे याची शुक्राचार्यांना पूर्ण कल्पना होती. आपण कितीही प्रयत्न केला तरी तिचं मतपरिवर्तन करू शकणार नाही, हे त्यांना माहीत होतं. कदाचित देवयानीची आई लहानपणीच वारल्यामुळे शुक्राचार्यांनी तिला जास्तच लाडाकोडात वाढवलं होतं. त्यामुळेच ती अशी हट्टी बनली होती. पण आता या सगळ्या गोष्टींचा विचार करण्यात काहीच अर्थ नव्हता. खूप उशीर झाला होता. अखेर असुरांचा राजा वृषपर्वा याला (शर्मिष्ठेच्या वडिलांना) जाऊन भेटण्यावाचून शुक्राचार्यांपुढे दुसरा काहीच पर्याय नव्हता.

दुसऱ्या दिवशी शुक्राचार्य राजा वृषपर्वाच्या दरबारात येऊन पोचले. त्यांच्या चेहऱ्यावरची अस्वस्थता पाहून राजा बुचकळ्यात पडला. तो आदरपूर्वक म्हणाला, ''गुरुजी, सगळं ठीक आहे ना?''

शुक्राचार्यांनी आदल्या दिवशी घडलेली हकिकत राजा वृषपर्वा याला सांगितली. देवयानीला कोणत्याही परिस्थितीत तिच्या मनातली भेट मिळालीच पाहिजे, राजकन्या शर्मिष्ठेला देवयानीबरोबर तिच्या सासरी जावंच लागेल, हेही त्यांनी राजाला ठामपणे बजावलं.

राजा मोठ्या संकटात सापडला. ''मी जर आत्ता महर्षी शुक्राचार्यांची ही मागणी पूर्ण केली नाही, तर ते नक्कीच राजगुरूचं पद सोडून निघून जातील. न जाणो, ते कदाचित देवांनासुद्धा जाऊन मिळतील. तसं झालं तर माझा पराभव होऊन या राज्याचा विनाशच ओढवेल. नाही, नाही. माझ्या राज्यासाठी, माझ्या प्रजेसाठी मला हे पाऊल उचलावंच लागेल. एका राज्यकर्त्याला स्वार्थत्याग करावाच लागतो.''

राजा वृषपर्वा स्वतःशी म्हणाला.

राजाने भलामोठा निःश्वास सोडला. आता आपल्याला काय करायला हवं, याची त्याला कल्पना होती. तो जड अंतःकरणाने राजकन्या शर्मिष्ठेच्या महालात गेला.

इकडे आपल्या वागण्यामुळे जे काही नाट्य घडलं होतं त्याची राजकन्या शर्मिष्ठेला जरासुद्धा कल्पना नव्हती. ती खिडकीपाशी बसून होती. तिला खूप उदास वाटत होतं. आपण आपल्या मैत्रिणीशी अत्यंत चुकीचं वागलो आहोत, याची तिला जाणीव झाली होती. तिने मनोमन स्वतःला शिव्याशाप घातले होते. ती स्वतःशी म्हणाली, ''खरंच, मी त्या देवयानीशी इतक्या उद्दामपणे कशी काय वागले? आजवर किती वेळा ती या राजवाड्यात आली असेल. पण माझ्या वस्त्रालंकारांचा तिला कधीसुद्धा मोह पडला नाही. तिने कधी अशा गोष्टींकडे ढुंकूनसुद्धा पाहिलं नाही. ती खरंच एक साधी मुलगी आहे. तिला श्रीमंतीचं अप्रूप नाही. देवयानी, मी आता तुला तोंड कसं दाखवू?''

अचानक तिला तिचे वडील तिच्या महालाच्या दिशेने येताना दिसले. त्यांच्या चेहऱ्यावर राग स्पष्ट दिसत होता. गुरू शुक्राचार्यांनी त्यांच्याकडे आपली तक्रार केली असणार हे तिला कळून चुकलं. आपल्या या अशा चुकीच्या वागण्यामुळे आपल्या वडिलांची किती घोर निराशा झाली असेल, असं तिला वाटलं.

मग आपणच आधी आपल्या वडिलांपाशी हा विषय काढायचा असं तिने ठरवलं. ती म्हणाली, ''पिताजी, कधीतरी माझी जीभ अगदीच ताळतंत्र सोडून वागते. माझ्या मनाचा माझ्या तोंडावर ताबा राहत नाही. माझ्या हातून खूप मोठी चूक घडली आहे, याची मला कल्पना आहे. तुम्ही मला क्षमा करा. मी जे काही केलं, ते करायला नको होतं. एक राजकन्या आणि एक मैत्रीण म्हणूनही माझं वागणं चुकीचंच होतं. असं वागणं कुणीच मान्य करणार नाही. तुम्ही म्हणत असाल तर मी देवयानीची आणि तिच्या वडिलांची क्षमा मागते.'' एवढं बोलून ती हमसाहमशी रडू लागली.

राजा वृषपर्वा तिच्याजवळ बसला. शुक्राचार्यांनी नेमकी काय मागणी केली आहे हे त्याने आपल्या मुलीला सांगितलं.

देवयानीने अशी काही मागणी केली असेल, अशी शर्मिष्ठेने स्वप्नातसुद्धा कल्पना केली नव्हती. ती रडू लागली. पण अखेर तिच्या वडिलांच्या म्हणण्यापुढे तिने मान तुकवली. ''एका राजकन्येचं आयुष्य काही तिच्या प्रजेच्या सुखापेक्षा अधिक मौल्यवान नाही,'' ती म्हणाली. ''मला कितीही त्रास झाला तरी चालेल, पण मी देवयानीची प्रत्येक आज्ञा पाळेन. कदाचित माझ्या चुकीची तीच शिक्षा योग्य असेल.'' ती म्हणाली. अशा रीतीने तिने देवयानीची गुलाम बनून राहणं मान्य केलं.

देवयानीचा ययातीशी विवाह झाला आणि शर्मिष्ठा तिची दासी बनून तिच्याबरोबर तिच्या सासरी गेली.

देवयानीने शर्मिष्ठेची सोय राजवाड्यापासून जरा दूर अंतरावर असलेल्या एका लहानशा घरात करून तिला स्वत:च्या पतीपासून तसंच दरबारातील इतर सरदारांच्या नजरांपासून दूर ठेवण्याची खबरदारी घेतली. काही दिवसांनंतर देवयानी शर्मिष्ठाचं अस्तित्वसुद्धा विसरून गेली. शर्मिष्ठेवर सोपवलेली कामं ती नेकीने पार पाडू लागली.

राजा ययाती आणि देवयानी यांचा संसार फारसा सुरळीत चालू नव्हता. देवयानी हट्टी, दुराग्रही आणि शीघ्रकोपी होती. पतीपत्नींची सतत भांडणं होत. काही काळाने त्यांना दोन मुलगे झाले - यदू आणि तुर्वसू.

एक दिवस राजा ययाती राजोद्यानात फेरफटका मारत असताना त्याच्या बाजूला असलेल्या लहानशा घरातून एक स्त्री बाहेर आली. त्याने तिला याआधी कधीच पाहिलं नव्हतं. तिच्या हालचालीत, वावरण्यात एक वेगळाच खानदानी डौल होता. तिच्या अंगातील वस्त्रं आणि तिचं राहणीमान सामान्य नोकराणीचं असलं, तरी तिचं रूप राजघराण्यातलं होतं.

राजा ययातीने तिच्या जवळ जाऊन तिला विचारलं, "तू कोण आहेस?"

शर्मिष्ठाने त्याला नम्रपणे अभिवादन करून स्वत:ची ओळख करून दिली आणि स्वत:ची जीवनकहाणी त्याला सांगितली. ययातीला तिची कणव वाटली. ती सुंदर तर होतीच, पण तिच्या बोलण्यावागण्यात एक सहजता होती, गोडवा होता. तो त्याला भावला. तो तिच्याकडे आकृष्ट झाला.

त्यांच्या त्या पहिल्या भेटीनंतर तो वारंवार तिला भेटायला जाऊ लागला. अखेर एक दिवस त्याने तिच्याशी गुप्तपणे विवाह करण्याची इच्छा प्रदर्शित केली.

आता शर्मिष्ठेलाही तो आवडू लागला होता. अखेर हो नाही करत ती त्याच्याशी विवाह करण्यास तयार झाली. ययातीला आणि शर्मिष्ठेला तीन पुत्र झाले - दृह्यू, अनू आणि पुरू.

बरीच वर्षं लोटली. आपल्या पतीने शर्मिष्ठेशी विवाह केला आहे, हे देवयानीला अजूनही समजलेलं नव्हतं.

एक दिवस देवयानीची मुलं यदू आणि तुर्वसू राजवाड्यापासून काही अंतरावर चेंडू घेऊन खेळत होते. अचानक चेंडू उंच जाऊन जवळच्या घराच्या दारापाशी जाऊन पडला. तीन चुणचुणीत मुलं त्या घरातून बाहेर आली आणि त्यांनी तो चेंडू यदूला परत दिला.

देवयानी दुरून आपल्या मुलांवर लक्ष ठेवून होती. इतक्या दुरूनसुद्धा त्या मुलांच्या चेहऱ्यावरील तेज तिला जाणवलं. ही साधीसुधी नोकराची मुलं नाहीत,

हे तिला कळलं. मग ती त्यांच्या जवळ जाऊन म्हणाली, "मुलांनो, मी तुम्हाला याआधी कधीच इथे पाहिलं नाही. तुमचे आईवडील कोण आहेत?"

त्यावर त्यातला एक मुलगा म्हणाला, "माझ्या आईचं नाव शर्मिष्ठा."

ते ऐकून देवयानीला आपल्या जुन्या मैत्रिणीची आठवण झाली. तिलाच आपण दासी बनवून इकडे घेऊन आलो होतो, हेही तिला आठवलं.

"आणि तुमचे वडील कोण आहेत?" ती म्हणाली.

इतक्यात राजा ययातीचा रथ तिथे येऊन उभा राहिला. तो मुलगा ययातीकडे बोट दाखवून म्हणाला, "ते बघा."

त्याचं उत्तर ऐकून देवयानीला धक्का बसला. ती जागच्या जागी खिळल्यासारखी उभी राहिली. "याचा अर्थ असा की माझ्या पतीने माझी गुलाम आणि कट्टर शत्रू असलेल्या शर्मिष्ठेशी विवाह केला आहे? माझ्याशी तो हे असं कसं वागू शकतो?" तिचे डोळे संतापाने आणि तिरस्काराने गढूळ झाले.

ती आपल्या पतीपाशी जाऊन म्हणाली, "या तीन मुलांचे वडील तुम्ही आहात ही गोष्ट खरी आहे का?"

"होय." ययाती म्हणाला.

त्यावर एक अक्षरही न बोलता देवयानी आपल्या माहेरी निघून गेली. वडिलांना भेटल्यावर मात्र तिचा बांध फुटला. तिला अश्रू अनावर झाले. ययातीने आपली कशी घोर फसवणूक केली आहे, हे तिने आपल्या वडिलांना सांगितलं.

शुक्राचार्यांनी आपल्या मुलीची समजूत घालण्याचा खूप प्रयत्न केला, "देवयानी, माणसाच्या हातून चुका घडतात. तू भूतकाळ विसर, तुझ्या पतीला आणि शर्मिष्ठेला क्षमा कर. मोठ्या मनाने तिच्या मुलांचा स्वीकार कर, त्यांच्या आईला चांगली वागणूक दे. ययातीची पहिली पत्नी तूच राहणार आहेस. सर्व काही मानसन्मान आणि राजगादीचा अधिकार तर तुझ्याच पुत्रांना लाभणार आहे."

पण देवयानीला कशाचीच पर्वा नव्हती. तिची ययातीला शिक्षा करण्याची इच्छा होती. तिने आपल्या वडिलांच्या विनवण्या करत म्हटलं, "पिताजी, माझ्या अप्रामाणिक पतीला तुम्ही शाप द्यावात अशी माझी इच्छा आहे."

"देवयानी, अगं त्याचा तुझ्या मुलांवर काय परिणाम होईल, याचा तरी विचार कर." शुक्राचार्य म्हणाले.

पण तिने त्यांच्या बोलण्याकडे पूर्ण दुर्लक्ष केलं. "तुम्ही त्याला असा शाप द्या की त्याचं हे देखणं मर्दानी रूप आणि तरुण शरीर नाहीसं होऊन त्याजागी त्याला एका वृद्ध पुरुषाचा देह प्राप्त होईल. तेही ताबडतोब. त्यानंतर कोणतीच तरुण स्त्री त्याच्याकडे आकृष्ट होणार नाही."

परत एकदा शुक्राचार्यांनी आपल्या मुलीवरच्या प्रेमासमोर हात टेकले. आपल्या

योगसामर्थ्याने त्यांनी आपल्या जावयाला वार्धक्याचा शाप दिला.

आपल्याला मिळालेल्या शापाविषयी ययातीला कळताच त्याने येऊन शुक्राचार्यांच्या पायांवर लोटांगण घातलं. त्यांची क्षमा मागितली.

ययाती राजाविषयी शुक्राचार्यांना कणव आली. परंतु त्याच्या चुकीची काहीतरी त्याला शिक्षा मिळायला हवीच होती. अखेर कनवाळूपणे त्यांनी त्याला उ:शाप दिला. ते म्हणाले, "तू आता तत्काळ वृद्ध बनशील. पण जर एखादा तरुण राजीखुशीने त्याचं तारुण्य तुला देऊन तुझं वार्धक्य स्वत: घ्यायला तयार झाला, तर तू पुन्हा तरुण होशील. पण योग्य वेळ येताच तुला आपण होऊन त्या तरुणाला त्याचं तारुण्य परत द्यावं लागेल आणि त्याच्याकडून तुझं वार्धक्य घ्यावं लागेल."

ययातीने शुक्राचार्यांना नमस्कार केला. निदान ही एवढी तरी पळवाट मिळाली, याचाच त्याला आनंद झाला होता. 'मला अजून काही काळ तरी तारुण्य मनसोक्त उपभोगायचं आहे, आयुष्याचा आनंद लुटायचा आहे.' तो मनात म्हणाला.

तो शुक्राचार्यांच्या घरातून बाहेर पडला. देवयानीच्या दोन मुलांपैकी एक मुलगा तरी आपल्याला तात्पुरतं काही काळासाठी त्याचं तारुण्य देण्यास तयार होईल, अशी त्याला मनोमन आशा वाटत होती. परंतु यदू आणि तुर्वसू या दोघांनीही आपलं तारुण्य काही काळापुरतं आपल्या वडिलांना देण्यास नकार दिला.

ययातीला त्या गोष्टीचा राग आला. तो त्यांना म्हणाला, "मी तुम्हाला लहानाचं मोठं केलं, पुढेमागे जेव्हा वेळ येईल तेव्हा हे राजसिंहासन तुम्हाला मिळेल अशा विचारानेच मी तुम्हाला वाढवलं. पण तुम्ही आपल्या वडिलांसाठी हा एवढासा त्याग करायलाही तयार नाही? मी तुम्हाला एक गोष्ट सांगतो - तुम्ही किंवा तुमचे वारस कधीच राजगादीवर हक्क सांगू शकणार नाही. तुम्हाला राज्यकारभार चालवण्याची संधी कधीही मिळणार नाही."

आज इतिहासही आपल्याला हेच सांगतो, की यादव कुळात जन्म घेतलेल्या कुणालाही कधीच राज्यकारभार करण्याची संधी मिळाली नाही. कृष्णाचा जन्मसुद्धा यदुकुळातच झाला, पण तो कधीच सिंहासनावर बसला नाही. आपल्या कुळाचा इतिहास त्याला ठाऊक असल्यामुळेच राजा होण्यासाठी तो पात्र असूनसुद्धा त्याने आपले आजोबा अग्रसेन यांना गादीवर बसवलं.

यदू आणि तुर्वसूकडून अशी निराशा पदरी आल्यावर ययाती शर्मिष्ठाच्या मुलांकडे गेला. पुरूने आपल्या आईकडे पाहिलं. ती हळुवारपणे म्हणाली, "पित्याची मदत

करणं हे पुत्राचं कर्तव्य असतं.''

त्यानंतर अनेक वर्षं ययाती आनंदात जगला. त्याने आपल्या तारुण्याचा आनंद मनमुराद लुटला. खूप उशिरा त्याला त्यातला फोलपणा कळला. मग त्याने आपलं तारुण्य पुरूला देऊन त्याच्याकडून वार्धक्य परत घेतलं. पुरू आणि त्याच्यानंतर त्याचे वारस पुढे राज्यशकट चालवू लागले. पुरूच्या वारसांना लोक कुरू म्हणून ओळखू लागले. त्यांनी हस्तिनापूरवर राज्य केलं. आपलं प्राचीन महाकाव्य म्हणजे महाभारत. हे महाभारत त्यांच्याच काळात घडलं.

नि:सीम प्रेमाच्या तारका

कर्दम मुनींना नऊ कन्या झाल्या. त्यातील आठवी कन्या म्हणजे अरुंधती. हे कर्दम मुनी म्हणजे ब्रह्मा आणि देवाहुती यांचा पुत्र. देवाहुती ही थोर तपस्वी पराशर ऋषींची आजी आणि वेदव्यास मुनींची पणजी. वेदव्यासांनी महाभारत लिहिलं.

तरुणपणी अरुंधतीला विद्येची आणि ज्ञानार्जनाची ओढ होती. ती उत्कृष्ट वादविवादपटूसुद्धा होती. ती वयात आल्यावर तिने सुप्रसिद्ध वसिष्ठ मुनींशी विवाह केला. वसिष्ठ म्हणजे सप्तर्षींपैकी एक ऋषी.

> भारतीय खगोलशास्त्रामध्ये सप्तर्षींचे सात तारे असतात. पाश्चिमात्य राष्ट्रांमध्ये या सप्तर्षींचा उल्लेख 'अर्सा मेजर कॉन्स्टेलेशन' असा करण्यात येतो. अरुंधती नावाचाही एक तारा आहे. याला पाश्चात्त्य शास्त्रात अल्कोर असं म्हणतात तर त्याच्या जोडीने येणाऱ्या वसिष्ठ ताऱ्याला मिझर असं संबोधण्यात येतं.

लग्नानंतरही अरुंधतीने आपलं शिक्षण सुरूच ठेवलं. ती सकाळी उठून भराभरा घरकाम आवरून नंतर पतीच्या शिष्यांसमवेत अभ्यासाला बसायची. वसिष्ठ हे महाज्ञानी असून त्यांचा तिन्ही वेदांचा फार मोठा अभ्यास होता. हे तीन वेद म्हणजे : यजुर्वेद, सामवेद आणि ऋग्वेद. त्यांच्या गुरुकुलात अनेक शिष्य येत असत.

एक दिवस वसिष्ठ आपल्या विद्यार्थ्यांना धर्म ही संकल्पना शिकवत होते. अचानक अरुंधती त्यांना म्हणाली, "आज तुमच्याऐवजी मी हा वर्ग घेतला आणि तुमच्या विद्यार्थ्यांना ही संकल्पना विषद करून सांगितली, तर?"

आपल्या पत्नीची ही जगावेगळी विनंती ऐकून वसिष्ठ मुनी आश्चर्यचकित झाले. पण त्यांनी अरुंधतीला तशी संधी दिली. आश्चर्याची गोष्ट म्हणजे अरुंधतीने मुलांना ती संकल्पना अतिशय स्पष्ट शब्दांत विषद करून सांगितली.

वर्ग संपल्यावर वसिष्ठ अरुंधतीला म्हणाले, ''तू माझी खरोखरची अर्धांगिनी शोभतेस. तुला माझं मन आणि माझी शिकवण समजली आहे. आजपासून माझ्या शिक्षणकार्यात तू मला मदत करत जा.''

एक दिवस राजा विश्वामित्र हा शिकारीसाठी बाहेर पडला होता. शिकार झाल्यावर त्याला खूप तहान लागली. पण भोवती कुठेही पाणवठा नव्हता. विश्वामित्र आणि त्याच्याबरोबरचे इतर शिकारी आणखी खोलवर रानात शिरले. तिथे त्यांना वसिष्ठांचा आश्रम दिसला.

विश्वामित्र आपल्या अनुयायांना म्हणाला, ''हे ऋषी इतक्या निबिड अरण्यात राहतात. त्यांच्याकडे नक्कीच अन्नपाण्याची टंचाई असणार. शिवाय आपण खूप जण आहोत. त्यामुळे त्यांच्याशी बोलताना अगदी हळुवार, जपून बोला. 'थोडं पाणी मिळेल का?' असं अगदी नम्रपणे त्यांना विचारा.''

मग विश्वामित्राचे सैनिक आश्रमात शिरले. त्यांनी वसिष्ठ मुनींना विश्वामित्राचा निरोप सांगितला.

वसिष्ठ मुनी ताबडतोब विश्वामित्र राजाच्या स्वागतासाठी बाहेर आले. ते म्हणाले, ''माझ्या या छोट्याशा कुटीत तुमचं स्वागत असो. तुम्ही आत जाऊन आराम करा. तुमच्या आणि तुमच्या सैनिकांच्या खाण्यापिण्याचं मी बघतो.''

त्यानंतर काही क्षणांतच उत्तमोत्तम प्रकारची फळं, अन्न, पाणी असं सगळं विश्वामित्रांसमोर हजर करण्यात आलं.

राजा म्हणाला, ''तुम्ही आमच्यासाठी केवढी धावपळ केलीत. आमचं किती उत्तम तऱ्हेने आदरातिथ्य केलंत. पण जर तुमच्या इथे पुरेसं पाणी उपलब्ध असलं, तर माझी स्नान करण्याची इच्छा आहे. फक्त माझे कपडे खूप मळले आहेत आणि माझ्याकडे दुसरे कपडेही नाहीत.''

''त्याची तुम्ही काहीच काळजी करू नका. तुमची इथे सगळी व्यवस्था होईल.'' वसिष्ठ म्हणाले.

स्नान झाल्यावर विश्वामित्रांना राजवस्त्रं देण्यात आली. त्यांच्या बरोबर आलेल्या लोकांना उत्कृष्ट जेवण देण्यात आलं.

विश्वामित्र राजाची उत्सुकता शिगेला पोचली. ''वसिष्ठ मुनी, इतक्या कमी वेळात तुम्ही माझं आणि माझ्या सैनिकांचं एवढं सुंदर आदरातिथ्य केलंत. शिवाय एका राजाला शोभेल अशी वस्त्रं तुम्ही मला घालायला दिलीत. हे सगळं तुम्हाला कसं काय जमलं?''

"ही सगळी त्या ब्रह्मदेवाची कृपा. या आश्रमातील कामं करणं तसंच आल्यागेल्याचं आदरातिथ्य करणं मला सोपं जावं म्हणून त्यांनी मला ही नंदिनी गाय भेट म्हणून दिली आहे," अरुंधती समोर अंगणात उभ्या असलेल्या गाईकडे बोट दाखवत म्हणाली, "ही इच्छा पूर्ण करणारी गाय आहे. तुम्हाला जे काही हवं होतं, तेही तिनेच तर दिलं."

राजा विश्वामित्र हे ऐकून आश्चर्याने थक्क झाला. 'किती महान गाय आहे ही,' तो मनाशी म्हणाला. 'पण वसिष्ठ तर एक साधे मुनी आहेत. ते त्या नंदिनीला नुसतं अन्नधान्य आणि कपडे मागून तिच्या अंगची शक्ती वाया घालवत आहेत. ही गाय जर का माझ्याकडे असेल, तर मी माझ्या राज्याच्या विस्ताराचं काम करीन. माझ्या शत्रूचा नि:पात करून माझ्या सैनिकांच्या आणि प्रजेच्या कल्याणाचा विचार करीन.'

मग अरुंधतीकडे आणि वसिष्ठ मुनींकडे वळून बघत तो म्हणाला, "मुनिवर, मला वाटतं या नंदिनी धेनूची गरज तुमच्यापेक्षा मला अधिक आहे. तेव्हा कृपया तुम्ही ती मला द्या. त्या मोबदल्यात तुम्हाला जे काही पाहिजे ते सांगा. मी ते तुम्हाला देईन. तुम्हाला मी शेकडो गुंठे जमीन, ढीगभर सोनंचांदी, हजारो गाई यांपैकी काहीही देईन. पण मला नंदिनी खरंच हवी आहे."

त्यावर वसिष्ठ स्मितहास्य करत म्हणाले, "ही नंदिनी काही माझ्या मालकीची नाही. तिला स्वत:चं मन आहे, स्वभाव आहे. ब्रह्माने ती आम्हाला एकाच अटीवर दिली आहे. आम्ही तिचा उपयोग केवळ इतरांची सेवा करण्यासाठीच करू शकतो. स्वत:च्या व्यक्तिगत इच्छा पूर्ण करण्यासाठी नाही. मी आणि माझी पत्नी विद्यादानाच्या कामात दिवसभर व्यग्र असतो. त्यामुळे या नंदिनीशिवाय आमचं पानही हलू शकणार नाही. मी तुमची मनापासून क्षमा मागतो, पण ही नंदिनी मी तुम्हाला नाही देऊ शकत."

राजा विश्वामित्र संतापला. त्याने वसिष्ठ मुनींना चांगला धडा शिकवायचं ठरवलं. त्याने आपल्या शिपायांना आज्ञा केली, "आत्ताच्या आत्ता त्या नंदिनीला माझ्याकडे घेऊन या. गरज पडली तर जोरजबरदस्ती करा. आपण तिला घेऊन राजधानीत जायचं आहे."

नंदिनीच्या कानावर त्याचं हे बोलणं पडताच ती अस्वस्थ झाली. तिने विश्वामित्राकडे वळून रोखून बघायला सुरुवात केली. अचानक तिच्या शिंगांमधून हजारो योद्धे बाहेर पडले. त्यांनी राजाच्या सर्व सैनिकांवर हल्ला चढवला. क्षणार्धात सगळेच्या सगळे सैनिक मारले गेले.

आपल्या हातून किती अक्षम्य अपराध घडून आला आहे याची विश्वामित्राला जाणीव झाली. त्याला स्वत:चीच लाज वाटू लागली. वसिष्ठ मुनी अत्यंत ज्ञानी

असूनही इतके शांत आहेत, म्हणूनच ते आपल्यापेक्षा कित्येक पटींनी श्रेष्ठ आहेत, असं त्याला वाटू लागलं. 'या वसिष्ठ मुनींकडे स्वत:ची सेना नाही, आणि तरीही ते माझ्याहून जास्त सामर्थ्यशाली आहेत. मग माझ्या या सर्व सामर्थ्याचा काय उपयोग?' असा विचार त्याच्या मनात येऊ लागला.

मग राजा विश्वामित्र वसिष्ठ मुनींकडे वळून म्हणाला, "आजपासून मी धनसंचयाच्या किंवा राज्यविस्ताराच्या मागे अजिबात लागणार नाही. मी ज्ञानार्जन करेन, कारण सर्व धनसंपत्तीपेक्षाही ज्ञानाचा संचय सर्वश्रेष्ठ आहे."

असं बोलून त्याने आपल्या धनसंपत्तीचा आणि सिंहासनाचा त्याग केला. काही काळ लोटला. लोक विश्वामित्रांना विश्वामित्र ऋषी म्हणू लागले. पण तरीही त्यांची मनातून स्वत:ची तुलना सतत वसिष्ठ मुनींशी करण्याची सवय गेली नव्हती. त्यामुळे एका खरोखरच्या महर्षीएवढं पराकोटीचं ज्ञान त्यांना प्राप्त होऊ शकलं नाही आणि त्यांच्या हृदयात एखाद्या महान तपस्व्याला साजेशी करुणाही कधी निर्माण होऊ शकली नाही.

वसिष्ठ ऋषींनी आपल्याला ब्रह्मर्षी म्हणून मान दिला पाहिजे असं विश्वामित्र ऋषींना मनातून नेहमी वाटे. ब्रह्मर्षी हा सन्मान सप्तर्षींपैकी एक असण्याएवढाच महत्त्वाचा होता. परंतु वसिष्ठ मुनींनी मात्र त्यांना कधीच ब्रह्मर्षी म्हणून संबोधलं नाही की तेवढा मान दिला नाही. त्यामुळे विश्वामित्र ऋषींनी वसिष्ठ ऋषींच्या शिष्यांना त्रास देण्यास सुरुवात केली. पण तरीही वसिष्ठ मुनी मात्र आपल्या निश्चयापासून जरासुद्धा विचलित झाले नाहीत.

एक दिवस विश्वामित्र ऋषी रात्रीच्या वेळी गुपचूप वसिष्ठ ऋषींवर पाळत ठेवण्यासाठी त्यांच्या आश्रमापाशी येऊन अंधारात दडी मारून उभे राहिले. वसिष्ठ रात्रीच्या वेळी काय अभ्यास करतात, आपल्या विद्यार्थ्यांना शिकवण्यासाठी नेमकी कशी पूर्वतयारी करतात हे त्यांना जाणून घ्यायचं होतं. एकदा ते कळलं की आपल्याला वसिष्ठ ऋषींवर मात करता येईल असं त्यांना वाटे. पण अचानक वसिष्ठ ऋषी आणि त्यांची पत्नी अरुंधती या दोघांमधलं संभाषण ऐकू आलं.

"त्या बिचाऱ्या विश्वामित्राने केवढी घोर तपश्चर्या केली आहे. परंतु महर्षी म्हणवून घेण्याइतकं ज्ञान काही त्याला प्राप्त झालेलं नाही. असं का बरं?" अरुंधती म्हणाली.

त्यावर वसिष्ठ ऋषी म्हणाले, "खरं सांगू का अरुंधती? मला त्याची काळजी आहे आणि माझं त्याच्यावर खूप प्रेमसुद्धा आहे. परंतु मी त्याच्या ज्ञानाचं कौतुक मुद्दामच त्याच्या तोंडावर कधीही करत नाही. कारण एकदा तसं मी केलं, की त्यानंतर त्याची आणखी ज्ञान संपादन करण्याची लालसाच संपून जाईल. पण त्याने खरंतर ज्ञान संपादन करणं चालूच ठेवलं पाहिजे. कोणत्याही ऋषींचा सर्वांत मोठा

गुण असतो त्यांच्या हृदयात उत्पन्न झालेली करुणा. आत्ता या क्षणी त्याच्या मनाने असं घेतलंय, की ज्ञानप्राप्तीमुळे अंगी सामर्थ्य येतं. परंतु सत्य हेच आहे, की नुसतं ज्ञान त्यासाठी पुरेसं नाही. ज्ञानासोबत जेव्हा त्याच्या मनात करुणा दाटून येईल, तेव्हाच संपूर्ण मानवजातीच्या कल्याणासाठी आवश्यक असलेलं पराकोटीचं सामर्थ्यसुद्धा त्याला लाभेल.''

वसिष्ठांचे हे शब्द कानी पडताच विश्वामित्रांना स्वत:चीच लाज वाटू लागली. वसिष्ठांच्या शब्दांमधली आशयघनता त्यांच्या लक्षात आली. ते आश्रमातून बाहेर पडले. आपण रानात जाऊन अत्यंत उग्र तपश्चर्या करायची, असं त्यांनी ठरवलं.

नंदिनी धेनू बराच काळ वसिष्ठ ऋषी आणि अरुंधतीसोबत त्यांच्या आश्रमात राहिली. त्यानंतर ती ब्रह्मदेवाच्या निवासस्थानी, म्हणजेच ब्रह्मलोकी परत गेली. त्यानंतर वसिष्ठ ऋषींनी आपल्या काही विद्यार्थ्यांना सोबत घेऊन हिमालयात तपश्चर्येला जायचं ठरवलं. राहिलेल्या काही शिष्यांसोबत अरुंधती आश्रमातच थांबली.

वसिष्ठ आणि त्यांचे काही विद्यार्थी इकडे नसताना राज्यात फार मोठा दुष्काळ पडला.

हिमालयात तप करणाऱ्या वसिष्ठ ऋषींना योगसामर्थ्यामुळे त्या दुष्काळाविषयी समजलं. मग त्यांनी भगवान शंकराची करुणा भाकली. ते म्हणाले, ''देवा, माझी पत्नी तिकडे एकटी संकटांना तोंड देत आहे. कृपया तिचं रक्षण कर.''

इकडे अरुंधतीनेही प्रार्थना केली, ''हे शिवशंभो, माझ्या पतीचं रक्षण कर. मी तर इकडे राज्यात सुरक्षित आहे. मी नक्की वाचेन. पण माझे पती तिकडे हिमालयातील दऱ्याखोऱ्यांमध्ये तप करत असतील. त्यांचा निभाव कसा लागेल? त्यांना तू वाचव.''

त्यानंतर काही दिवसांत दुष्काळी परिस्थितीमुळे गुरुकुल बंद करावं लागलं. अरुंधती त्या आश्रमात एकाकी जीवन कंठू लागली.

एक दिवस एक लहान मुलगा आश्रमाच्या दारापाशी येऊन म्हणाला, ''माते, मला खूप भूक लागली आहे गं. वसिष्ठ ऋषींचा आश्रम कुठे आहे ते सांगशील का? इथेच जवळपास कुठेतरी आहे, असं मी ऐकलं.''

त्यावर अरुंधती म्हणाली, ''बाळा, हाच त्यांचा आश्रम. पण ते आत्ता इथे नाहीत. ते खूप दूर गेले आहेत. या देशासाठी, इथल्या जनतेच्या कल्याणासाठी तप करायला गेले आहेत. तुला काय हवं आहे?''

त्यावर तो मुलगा म्हणाला, ''मी खूप लांबून, हिमालयातून आलो आहे. मला आईवडील नाहीत. मी अनाथ आहे. मला कुठे जायला जागा नाही. मी इथे वसिष्ठ ऋषींकडून वेदविद्या शिकून घेण्यासाठी आलो. पण नेमके तेच इथे नाहीत. मी आता

काय करू?"

"बाळा, तू इथे आश्रमातच राहा. इकडे खूप मोठा दुष्काळ पडला आहे. पण माझ्या घासातला घास मी तुला खाऊ घालीन. तुला वेदविद्यासुद्धा शिकवीन. वसिष्ठ ऋषी परत यायला अजून बराच अवकाश आहे. पण तू काही काळजी करू नकोस. तोपर्यंत आपण कशीतरी गुजराण करू." असं म्हणून अरुंधतीने त्याला काही भाजलेल्या बिया खायला दिल्या. घरात भात शिजवण्यासाठी तांदूळ नसल्याबद्दल तिने दिलगिरी व्यक्त केली.

मग तो मुलगा आश्रमात राहून अरुंधतीकडे शिक्षण घेऊ लागला.

बरेच दिवस लोटले. अरुंधती त्याला वेदविद्या शिकवत असे आणि आपल्या पतीने आणि त्यांच्या शिष्यांनी सुरक्षित घरी परत यावं म्हणून ईश्वराची प्रार्थना करत असे.

अखेर वसिष्ठ ऋषी त्यांच्या शिष्यांसह आश्रमात परत आले. आपली पत्नी आनंदात असल्याचं पाहून त्यांना समाधान वाटलं. ते म्हणाले, "अरुंधती, भगवान शंकराने माझी प्रार्थना ऐकली. त्याने तुझी उत्तम काळजी घेतलेली दिसते."

त्यावर अरुंधती म्हणाली, "पतिदेव, तुम्ही सुखरूप घरी परत आलात म्हणून मला इतका आनंद झाला आहे. ईश्वराने माझीसुद्धा प्रार्थना ऐकली आहे."

इतक्यात वसिष्ठ ऋषींना तो लहान मुलगा दिसला. ते अरुंधतीला म्हणाले, "हा कोण?"

मग अरुंधतीने तो मुलगा कोण, कुठला, आश्रमात कसा काय आला याची साद्यंत हकिकत वसिष्ठ ऋषींना सांगायला सुरुवात केली. तिचं बोलणं संपतं न संपतं तोच तो मुलगा तिथून अदृश्य होऊन साक्षात भगवान शंकर तिथे प्रकट झाले. त्यांनी वसिष्ठ ऋषी आणि त्यांची पत्नी अरुंधती या दोघांच्याही प्रार्थना ऐकल्या होत्या. ते अरुंधतीकडे पाहून स्मितहास्य करून म्हणाले, "मला तुझ्याकडून वेदविद्येचं शिक्षण मिळालं, हे खरंच माझं भाग्य. तुझं पतिप्रेम आणि त्यांच्यावरची निष्ठा खरोखर एकमेवाद्वितीय आहे. कोणत्याही मनुष्यप्राण्याला एवढी निष्ठा आणि भक्ती करणं शक्य नाही. काही काळानंतर तू आकाशातील तारका बनशील. तुझे पती एक तारा बनतील आणि तू सतत त्यांच्या समवेत राहशील. सर्व मानवजातीसाठी तू एक उदाहरण बनशील. प्रत्येक विवाहित जोडपं तुझ्याकडे आदराने पाहील."

एवढे बोलून भगवान शंकर अंतर्धान पावले.

अजूनही कित्येक घरांमध्ये नवविवाहित जोडप्याला जोडीने आकाशातील अरुंधती आणि वसिष्ठ या ताऱ्यांचं दर्शन घ्यायला सांगतात. त्यांच्या अद्वितीय प्रेमामुळे त्या जोडप्याला प्रेरणा मिळावी हाच या परंपरेमागचा

उद्देश आहे. कधीकधी एकमेकांच्या प्रेमात आकंठ बुडालेल्या जोडप्याचा सन्मान करताना त्यांचा उल्लेख वसिष्ठ-अरुंधती असा करतात.

आज अरुंधती हे नाव विवाहित स्त्रीच्या (सुवासिनीच्या) चारित्र्यसंपन्नतेचं, निष्ठेचं आणि आनंदाचं प्रतीक बनलेलं आहे आणि तिच्यावर प्रत्येक प्रांतात नाटकंसुद्धा लिहिण्यात आली आहेत.

अमरत्वाचा शाप

खूप वर्षांपूर्वी नर आणि नारायण हे दोन ऋषी संपूर्ण मानवजातीच्या कल्याणासाठी तपश्चर्या करत होते. ते हिमालयातील बद्रिक आश्रमात राहून अत्यंत उग्र तप करत होते.

इंद्राला आपल्या दूतांकडून त्यांच्या या कठोर तपश्चर्येची वार्ता समजताच त्याला काळजी वाटू लागली. त्याला नेहमीपेक्षाही फारच जास्त असुरक्षित वाटू लागलं. जर या ऋषींची तपश्चर्या फळाला आली आणि त्यांनी आपलं सिंहासन मागितलं तर? त्यामुळे त्यांचा तपोभंग करण्यासाठी त्याने एक दुष्ट योजना आखली.

इंद्राच्या दरबारात एकापेक्षा एक लावण्यवती अशा नर्तकी आणि अप्सरा होत्या - रंभा, तिलोत्तमा, पुष्पलता आणि मेनका. मग त्याने रंभा आणि तिलोत्तमा या दोघींना बोलावून घेऊन आपला बेत नीट समजावून सांगितला, ''मी तुम्हाला नर आणि नारायण या दोन ऋषींचा तपोभंग करण्याचं काम देत आहे. या तुमच्या कामात मदतीसाठी मी प्रेमदेवता असलेल्या मन्मथाला पाठवत आहे.''

अप्सरांनी त्याला होकार दिला आणि त्या पृथ्वीतलावर आल्या. मग मन्मथाने आपल्या सामर्थ्याने त्या दोन ऋषींच्या आजूबाजूला वसंत ऋतू फुलवला. फुलांचा बहर, त्यांचा मादक सुगंध, हिरवीगार झाडं, नितांतसुंदर तळी, कूजन करणारे पक्षी या सर्वांमुळे वातावरण कसं भारून गेलं, सारा परिसर प्रेममय झाला. पण तरीही त्या दोन ऋषींनी डोळे उघडले नाहीत.

मन्मथ अप्सरांना म्हणाला, ''मी माझं कर्तव्य पार पाडलं. मी काही इथे नुसता उभा राहणार नाही. गेल्या खेपेला भगवान शंकरांच्या समोर मी उभा ठाकलो, त्यांनी

नेत्र उघडले आणि माझी राखरांगोळी करून टाकली. त्यामुळे आता राहिलेलं काम तुम्हीच पार पाडा.'' असं म्हणून प्रेमाचा देव मन्मथ तिथून निघून गेला.

रंभा आणि पुष्पलता यांनी नृत्यगायनाला सुरुवात केली. परंतु त्याचा काहीच उपयोग झाला नाही. नर आणि नारायण तसेच तप करत राहिले.

आता इंद्रदेव आपल्यावर नक्कीच रागावणार या विचारांनी त्या घाबरल्या. त्या नारायणाच्या जवळ जाऊन त्याला स्पर्श करून म्हणाल्या, ''मुनिवर, तुम्हाला आता स्वर्गप्राप्तीसाठी तपश्चर्या करण्याची गरज नाही. आम्ही इथे आलो आहोत. आणि हे ठिकाण पाहा. हे स्वर्गापेक्षा कुठल्या बाबतीत कमी आहे? तेव्हा आता तुम्ही डोळे उघडा.''

नारायणाचा तपोभंग झाला. त्याने डोळे उघडले खरे, पण आजूबाजूला एकवार नजर टाकता क्षणी नेमकं काय घडलं असावं, हे त्याच्या लक्षात येऊन तो संतप्त झाला. ''तुमची इथे येऊन हे असलं काहीतरी वातावरण निर्माण करण्याची हिंमत तरी कशी झाली? आम्हाला या कशातच रस नाहीये,'' तो म्हणाला.

इकडे नरानेसुद्धा डोळे उघडले. ते पाहून रंभा आणि पुष्पलता भीतीने पांढऱ्या पडल्या. असे सिद्धी प्राप्त असलेले ऋषी जर चिडले तर ते आपल्याला शाप देऊन आपलं संपूर्ण आयुष्यसुद्धा बदलून टाकू शकतात, याची त्यांना कल्पना होती. त्या दोन्ही अप्सरांनी नराच्या पायावर डोकं ठेवून त्यांची करुणा भाकली. त्या म्हणाल्या, ''आम्हाला क्षमा करा. आम्ही तुम्हाला कोणत्याही प्रकारची इजा करण्यासाठी इथे आलेलो नाही. पण आम्हाला आमच्या लोकीचे काही नियम बंधनकारक आहेत. आमच्या इंद्रदेवमहाराजांनी आमच्यावर ही कामगिरी सोपवली असून त्यांच्या आज्ञेचं पालन आम्हाला केलंच पाहिजे. कृपया आमच्यावर दया करा.''

हे ऐकून नारायणाला इंद्राचा राग आला. तो अप्सरांना म्हणाला, ''मला तुमची बाजू कळते आहे. पण मी इंद्रदेवांना माफ करू शकत नाही. ते घाबरट आहेत आणि ते खुशाल आपल्या अप्सरांचा शस्त्र म्हणून वापर करतात?''

हा सर्व प्रकार इंद्र स्वर्गातून बघत होता. नर आणि नारायण हे ऋषी आता नक्कीच आपल्याला शाप देणार अशी भीती त्याला वाटली. ही अशी चाल खेळायची इंद्राला सवयच होती. तो अनेकदा ऋषिमुनींचा तपोभंग करण्यासाठी अप्सरांना पाठवायचा. पण कधीतरी ती युक्ती त्याच्यावरच उलटायची.

आत्ता मात्र इंद्र स्वतःच त्या दोन्ही ऋषींसमोर प्रकट होऊन हात जोडून म्हणाला, ''प्रिय मुनिवर, मला क्षमा करा.''

''हे पाहा, या भूतलावरील लोकांच्या कल्याणासाठी मी तप करत होतो,'' नारायण म्हणाले, ''पण कुणीही तपश्चर्येला बसलं की ते तुमचं सिंहासन बळकावण्यासाठीच, असं तुम्हाला वाटतं. पण खरं सांगू का? आमच्यापैकी

कुणालाही तुमच्या त्या सिंहासनाची अथवा अमरत्वाची काहीही पर्वा नाहीये. आणि आम्हाला आकृष्ट करून आमचं चित्त विचलित करण्यासाठी तुम्ही खुशाल या असहाय नारींना इकडे पाठवता? तुमच्या स्वर्गलोकी या स्त्रिया अद्वितीय लावण्यवती मानल्या जातही असतील. पण यांच्यापेक्षाही अनन्यसाधारण सौंदर्य असलेली स्त्री मी माझ्या योगसामर्थ्याने तुमच्यासमोर उभी करून दाखवू शकतो.''

असं म्हणून नारायणाने तिथल्या तिथे एक अनुपम सुंदरी निर्माण केली. तिचं सौंदर्य स्वर्गीय होतं. आजवर असं असामान्य लावण्य कुणीच कधी पाहिलेलं नव्हतं. तिने पुढे होऊन नारायण ऋषींना चरणस्पर्श केला. नारायण ऋषी इंद्राकडे वळून म्हणाले, ''माझ्या तपोसाधनेतून निर्माण झालेली ही माझी मर्त्य कन्या उर्वशी आहे. ती पृथ्वीतलावरील सर्वांत सुंदर स्त्री तर आहेच, पण ती सद्गुणांची पुतळी आहे. तुम्हाला अशी स्त्री कुठेच पाहायला मिळणार नाही.''

अचानक इंद्राला असं वाटलं की आपली पत्नी शची, तसेच स्वर्गातील इतर अप्सरा या उर्वशीच्या लावण्यापुढे फिक्या पडतील. मग तो नारायण ऋषींना वंदन करून म्हणाला, ''तुम्ही मला जर परवानगी दिलीत, तर मी हिला स्वर्गात माझ्या घरी घेऊन जाईन आणि अप्सरांची प्रमुख म्हणून हिची नेमणूक करीन.''

त्यानंतर उर्वशीने होकार दिल्यावर इंद्र तिला स्वर्गात घेऊन गेला. त्यावर इंद्राच्या दरबारात खूप उलटसुलट चर्चा सुरू झाल्या.

स्वर्गात फक्त अमरत्वाचं वरदान लाभलेल्यांनाच वास्तव्य करता येतं. मग एका मर्त्य स्त्रीला तिचं मर्त्य शरीर घेऊन स्वर्गलोकी कसा काय प्रवेश मिळाला? नाही, तिला केवळ मृत्यूनंतर या मर्त्य देहाचा त्याग करून मगच स्वर्गात प्रवेश मिळू शकतो.

ही चर्चा दीर्घ काळ चालू होती. अखेर सर्व देवांना उर्वशी प्रत्यक्ष पाहायला मिळाली. तिचं ते असामान्य रूप पाहताच सर्व देव तिला स्वर्गलोकी वास्तव्य करू देण्यास तयार झाले. एकदा तिला तशी परवानगी मिळताच आपोआपच देवांच्या अंगी असणारे सर्व गुण तिलाही प्राप्त झाले - अमरत्व, कोणतंही रूप घेण्याची क्षमता, क्षणार्धात कुठूनही कुठेही जाण्याची क्षमता आणि असेच अनेक गुण तिला लाभले. त्यामुळे मानव म्हणून जन्म घेऊनसुद्धा उर्वशीला आता कायम स्वर्गात राहता येणार होतं.

सुरुवातीला उर्वशी जरा कचरत होती. तिच्या अंगी जरी देवांच्या सर्व शक्ती आल्या असल्या तरी तिचं मन अजून माणसाचंच होतं. तिला खराखुरा सोबती हवा होता. मग तिने इंद्राला एखादा प्राणी किंवा पक्षी पाळायची परवानगी मागितली.

इंद्र हसून म्हणाला, ''अगं, त्यासाठी कोणाच्याही परवानगीची गरज नाही. प्रत्येक देवाकडे स्वतःचं एक वाहन असतंच. माझ्याकडे ऐरावत आहे, शंकराकडे

नंदी आहे, विष्णूकडे गरुड आहे.''

मग उर्वशीने ठरवलं, की आपण एक मेंढी पाळायची. ती मेंढी खूप मऊशार होती आणि मृदू स्वभावाची होती. त्यामुळे उर्वशी तिला सतत स्वत:बरोबर सगळीकडे घेऊन जायची.

एक दिवस भारतीय नृत्यकलेचे जनक आद्यपुरुष भरतमुनींनी उर्वशीच्या अंगचं अनन्यसाधारण नृत्यकौशल्य पाहिलं. ते इंद्राला म्हणाले, ''मी एक नाटक लिहिलं आहे - लक्ष्मी स्वयंवर. त्यात नायिकेची भूमिका करण्यासाठी मी अनेक दिवसांपासून एका तरुणीचा शोध घेत होतो. आणि मला जशी नायिका हवी होती तशीच ही उर्वशी आहे. ती रूप आणि गुण या दोन्ही बाबतीत लक्ष्मीसारखीच आहे. या भूमिकेसाठी मी इतर कुणाची कल्पनाही करू शकत नाही. तर तुम्ही तिला ही भूमिका करण्याची परवानगी द्याल का?''

''हो जरूर. करू दे तिला ती भूमिका.'' इंद्र म्हणाला.

एका महर्षींनी लिहिलेल्या नाटकात आपल्याला मुख्य भूमिका करायला मिळते आहे या कल्पनेने उर्वशीचा आनंद गगनात मावेना.

पण उर्वशीला एका गोष्टीची मुळीच कल्पना नव्हती. असुरांचा राजा केसी हा अत्यंत दुष्ट आणि दुराचारी होता. एक दिवस त्याच्या गुप्तहेरांनी त्याला उर्वशीविषयी आणि तिच्या सौंदर्याविषयी सांगितलं. केसीच्या मनात तिच्याविषयी अभिलाषा निर्माण झाली. तिला पत्नी बनवण्याच्या विचाराने त्याला ग्रासले.

तो उर्वशीचं अपहरण कसं करायचं याची आपल्या दूतांबरोबर गुप्त खलबतं करत असताना नेमके तिकडून नारदमुनी जात होते. त्यांच्या कानांवर ते पडलं. ते हसून म्हणाले, ''केसी, मला वाटतं तू हा विचार मनातून काढून टाकावास. ती उर्वशी स्वर्गात राहते. शिवाय त्या इंद्राला अत्यंत सामर्थ्यशाली, प्रभावशाली मित्र पृथ्वीतलावरसुद्धा आहेत. उदाहरणार्थ चांद्रवंशीय राजा पुरुरवा हा एक महापराक्रमी योद्धा आहे आणि तो देवांचा घनिष्ठ मित्र आहे. तू जर उर्वशीचं अपहरण केलंस, तर फार मोठ्या युद्धाला तोंड फुटेल. त्यापेक्षा एखादी चांगली योजना आख. कधीकधी स्वर्गातल्या अतिरमणीय वातावरणाचा आणि संथ सुरळीत आयुष्याचा अप्सरांना कंटाळा येतो. शेवटी त्या अमर आहेत आणि कितीतरी काळापासून त्या फक्त हेच पाहत आल्या आहेत. त्यामुळे त्या कधीतरी पृथ्वीवरच्या निसर्गसौंदर्याचा आनंद लुटण्यासाठी येतात. हे सगळं त्यांना स्वर्गलोकात पाहायला मिळत नाही. पृथ्वीवर निरनिराळे ऋतू असतात. प्रत्येक ऋतूचं सौंदर्य निराळं असतं. मानव प्रगतिशील आहे. त्यामुळे पाकशास्त्राचे निरनिराळे प्रयोग तिथे चालू असतात. वेगवेगळे पदार्थ त्यांना चाखायला मिळतात. अशा वेळी तू तिथे जा, ही संधी साधून उर्वशीशी ओळख वाढव आणि एकदा तुझ्या प्रेमाची कबुली दे. खऱ्या प्रेमाकडे

कोणतीही स्त्री आकृष्ट होतेच.''

नारदांच्या बोलण्यात तथ्य होतं. केसीला ते मनोमन पटलं. उर्वशीची भेट घ्यायला योग्य संधीची वाट पाहत तो थांबला.

काही दिवसांनी भरतमुनींनी आपलं लक्ष्मी स्वयंवर हे नाटक कुबेराच्या दरबारात सादर करायचं ठरवलं. कुबेर धनसंपत्तीचा देव. त्याने या नाटकात भूमिका करणाऱ्या सर्व अभिनेत्यांना घेऊन येण्यासाठी पुष्पक विमान पाठवलं.

वाटेत उर्वशीने आणि तिच्या मैत्रिणींनी खाली वाकून पृथ्वीकडे नजर टाकली, तर तिथे पावसाळा होता. आकाशात पावसाचे काळे ढग होते. जमीन हिरवीगार दिसत होती. सृष्टी हिरवाईने नटली होती. ते पाहून उर्वशीला स्वत:च्या घराची खूप आठवण आली. ती म्हणाली, ''वाटेत जरा वेळ पृथ्वीवरती थांबू या. तिथल्या सृष्टिसौंदर्याचा आनंद लुटू या.''

सर्वांनी ते मान्य केलं.

मग एका टेकडीवर पुष्पक विमान उतरलं. सर्व जण खाली उतरून निसर्गाचा आनंद लुटू लागले.

केसीला उर्वशीला प्रत्यक्ष पाहण्याची संधी मिळाली. ती इतकी सुंदर होती, की तिला आपण जरी मागणी घातली तरी ती आपल्या प्रस्तावाचा स्वीकार कधीच करणार नाही, हे त्याला एका दृष्टिक्षेपात कळून चुकलं. मग तिला पळवून नेऊन जबरदस्तीने तिच्याशी लग्न करण्याचा आपला मूळ बेतच अमलात आणायचा, असं त्यानं ठरवलं. मग त्यानं चक्रीवादळाचं रूप घेऊन उर्वशीला वादळाच्या झोताने उचलून तिच्या बरोबरच्या इतर लोकांपासून खूप दूर नेलं. त्याबरोबर ती जोरजोरात ओरडून मदतीचा धावा करू लागली. तिथून राजा पुरुरवा चालला होता. त्याने तिच्या करुण किंकाळ्या ऐकल्या. त्याने केसी असुराचा पाठलाग सुरू केला. जरा वेळात त्या दोघांमध्ये घनघोर लढाई होऊन त्यात केसी पराभूत झाला.

त्यानंतर पुरुरवाने उर्वशीकडे नीट निरखून पाहिलं. तत्काळ तोही तिच्या प्रेमात पडला. तिच्याइतकं सुंदर कुणी असू शकतं अशी त्याने कल्पनाही केली नव्हती. आश्चर्याची गोष्ट अशी की उर्वशीही त्याच्या प्रेमात पडली. खरंतर तिने आयुष्यात एकापेक्षा एकेक सरस देव आणि मानव पाहिले होते. तरीही ती त्याच्यावर भाळली. मोठ्या जड हृदयाने उर्वशी आणि पुरुरवा यांनी एकमेकांचा निरोप घेतला. उर्वशी पुष्पक विमानात बसून कुबेराच्या दरबारी जाण्यास निघाली आणि पुरुरवा आपल्या राजधानीत परतला.

पण त्यानंतर ती रात्रंदिवस फक्त पुरुरवाचाच विचार करू लागली. तिला दुसरं काहीही सुचेना. तिचं नाटकाच्या तालमींकडेसुद्धा मन लागेना. सर्वांना वाटलं, हे तात्पुरतं आहे, काही दिवसांत तिला त्याचा विसर पडेल, कारण अप्सरा फार जास्त

दिवस कुणाच्याही प्रेमात अशा हरवून जात नसत. पण उर्वशीचं मन मानवी होतं. इतर अप्सरांना तिच्या भावना किती सखोल आहेत हे कळू शकत नव्हतं.

अखेर नाटकाचा दिवस उजाडला. दरबार खच्चून भरला होता. साक्षात लक्ष्मी आणि विष्णूसुद्धा हजर होते. सर्वांनाच नाटक पाहण्याची उत्सुकता होती. पडदा वर गेला. नाटक मोठ्या दिमाखात सुरू झालं.

नाटकाच्या अंतिम दृश्यामध्ये लक्ष्मीच्या वेशातील उर्वशी हातात वरमाला घेऊन पुढे आली. आता या विश्वातील सर्वांना उद्देशून तिच्या तोंडी एक संवाद होता - ''सुरांनो, असुरांनो आणि इतर सर्वांनो, आता ही वरमाला मी श्रीविष्णूंच्या गळ्यात घालत आहे.'' परंतु उर्वशी पुरुरव्याच्या विचारात इतकी मग्न होती, की तिच्या तोंडून बाहेर पडलं, '' ही वरमाला मी पुरुरव्याच्या गळ्यात घालत आहे.''

नाटक तिथेच थांबवण्यात आलं. भरतमुनी संतप्त झाले. ते म्हणाले, ''ही भूमिका योग्य वठवणारी अभिनेत्री मिळावी, म्हणून मी कित्येक वर्षं थांबलो होतो. हे नाटक पाहण्यासाठी स्वत: लक्ष्मीदेवी आणि श्रीविष्णू इथे उपस्थित आहेत. त्यांच्या आयुष्याचं किती यथार्थ चित्रण आज इथे सादर होत होतं. पण आज या ठिकाणी श्रीविष्णूंच्या नावाऐवजी एका मर्त्य मानवाचं नाव उच्चारून तू सगळं काही बिघडवून टाकलं आहेस. मी तुला शाप देतो - तू आता इथे स्वर्गात राहू शकत नाहीस. तू आता अप्सरा राहिलेली नाहीस. तू केवळ एक मर्त्य मानव असून तू ताबडतोब भूलोकी परत जा. भूलोक सोडून इतर कुठेही राहण्याची तुझी पात्रताच नाही.''

त्यानंतर निमिषार्धात उर्वशी एक मर्त्य बनून पृथ्वीवर पोचली. तिच्यासोबत तिची मेंढीपण होती.

त्या शापामुळे स्वर्गात किती मोठी खळबळ उडाली होती, याची उर्वशीला काहीच कल्पना नव्हती. इंद्र फारच नाराज झाला होता, परंतु हा शाप उलटवण्याइतकं धाष्ट्यं त्याच्या अंगात नव्हतं. त्याच्या दरबारातील एक अनमोल रत्न त्याच्यापासून क्रूरपणे हिरावून घेण्यात आलं होतं आणि तेही एका लहानशा चुकीपायी. इंद्राने भरतमुनींकडे जाऊन रदबदली केली. त्यांनी उर्वशीला क्षमा करावी म्हणून त्यांचं मन वळवण्याचा प्रयत्न केला. भरतमुनी म्हणाले, ''ठीक आहे. एक उपाय आहे. उर्वशीला लग्नानंतर जर दिवस गेले आणि ती गर्भवती असल्याचं तिच्या पतीला समजलं, तर उर्वशी मर्त्य राहणार नाही. ती स्वर्गलोकी परत येऊन पूर्वीसारखी अप्सरा होऊन राहील.''

खरंतर या सगळ्यात उर्वशीची इच्छा काय होती याचा विचार कुणीच केला नाही - ना भरतमुनींनी ना इंद्राने. सर्वांनी असंच गृहीत धरलं की अमरत्व प्राप्त

करून कायमचं स्वर्गात राहायला मिळालं, तरच ती खूश होईल.

उर्वशीला आपल्याला मिळालेल्या या शापात काही बदल झालेला आहे आणि पृथ्वीवर आपण काही थोड्याच काळासाठी आलेल्या आहोत याची जरासुद्धा कल्पना नव्हती. ती आता पुरुरवाबरोबर अत्यंत सुखाने संसार करत होती. ते एकमेकांच्या प्रेमात आकंठ बुडालेले होते आणि सतत एकमेकांच्या सहवासात असत.

उर्वशी आपल्या पतीबरोबर इतक्या सुखासमाधानाने राहत आहे, हे समजताच इंद्र जरासा नाराज झाला. त्याला मनातून थोडी असूयासुद्धा वाटू लागली. आता इंद्रदेवासाठी आपणच काहीतरी केलं पाहिजे असं त्याच्या दूतांना वाटू लागलं. मग एकदा रात्रीच्या वेळी त्यांनी उर्वशीची मेंढी पळवून नेली.

दुसऱ्या दिवशी सकाळी उर्वशीला आपली मेंढी कुठे दिसेना. मग तिचा शोध घेण्यासाठी उर्वशी स्वतःच निघाली. शोध घेता घेता ती एका घनदाट अरण्यात शिरली. ते अरण्य शंकराचा पुत्र कार्तिकेय याच्या मालकीचं होतं. त्या अरण्याचा एक नियम होता. तो म्हणजे कोणत्याही स्त्रीला तिथे प्रवेश करण्यास बंदी होती. परंतु हा नियम काही उर्वशीला माहीत नव्हता. एकदा तिने त्या अरण्यात प्रवेश करताच ती बंदिवान झाली आणि तिला तिथून बाहेर पडता येईना. मग तिने कार्तिकेयाच्या सेवकांकडे कार्तिकेयाची भेट घेण्याची मागणी केली. पण यांनी ती नाकारली. तिने पुनःपुन्हा त्यांच्या विनवण्या केल्या.

इकडे पुरुरवाने आपल्या पत्नीचा कसून शोध घेण्यास सुरुवात केली. अखेर त्याच्या एका दूताने त्याला उर्वशी कार्तिकेयाच्या रानात बंदी असल्याची माहिती दिली. मग कार्तिकेयाला स्वतः जाऊन भेटावं आणि आपल्या पत्नीच्या सुटकेची त्याच्याकडे मागणी करावी म्हणून पुरुरवा निघाला. कार्तिकेय कनवाळू होता. शिवाय तो पुरुरवाच्या सामर्थ्याविषयी आणि शौर्याविषयी जाणून होता. त्यामुळे त्याने उर्वशीची मुक्तता केली.

इंद्राला उर्वशीच्या सुटकेची बातमी कळली. पण त्यात पुरुरवाचं आपल्या पत्नीवर किती नितांत प्रेम आहे हेही कळून चुकलं. शिवाय कार्तिकेय हा देवांच्या सेनेचा सेनापती असूनही त्याच्याशी दोन हात करण्याइतकी पुरुरवाची क्षमता होती, याचीही इंद्राला जाणीव झाली. त्यामुळे त्याच्याकडे उर्वशीची मेंढी परत पाठवण्यावाचून दुसरा काही पर्याय राहिला नाही. ती मेंढी रस्ता चुकली होती पण आता ती घरी परतून आली आहे असं भासवण्याची त्याने आपल्या दूतांना आज्ञा केली.

परत एकदा उर्वशी आणि पुरुरवा यांचा सुखाचा संसार सुरू झाला. काही

दिवसांतच आपण गरोदर असल्याचं उर्वशीच्या लक्षात आलं. तिचा आनंद गगनात मावेना. कधी एकदा ही गोड बातमी आपण आपल्या पतीच्या कानावर घालतो, असं तिला झालं. परंतु त्यापूर्वीच तिची मैत्रीण रंभा ही स्वर्गातून खाली आली. उर्वशीला मिळालेल्या शापामध्ये नंतर कसा बदल करण्यात आला, त्याविषयी रंभेने उर्वशीला सांगितलं. रंभा म्हणाली, "उर्वशी, तुझ्या गर्भारपणाची बातमी तुझ्या पतीला मुळीच सांगू नकोस. नाहीतर तुझी आणि त्याची कायमची ताटातूट होईल. तुला स्वर्गाचा रस्ता पकडावा लागेल. तुझं जर पुरुरवावर खरंच प्रेम असेल, तर तुझ्या पतीला या बाळाविषयी तू काही सांगू नकोस."

उर्वशी मनातून उद्ध्वस्त झाली. ती हुंदके देऊन रडू लागली. "मला सर्वसामान्य माणसांसारखं आयुष्य का जगता येऊ नये? मला माझ्या पतीबरोबर आणि मुलाबाळांबरोबर संसार का करता येऊ नये? या दोन अशक्य कोटीतल्या पर्यायांपैकी एक पर्याय निवडण्याची माझ्यावर सक्ती का व्हावी? मला जर माझ्या पतीसोबत संसार करायचा असेल तर मला माझ्या बाळाचा वियोग सहन करावा लागेल आणि जर मी बाळाबरोबर राहायचं ठरवलं तर मला माझ्या पतीला सोडावं लागेल." ती स्वत:शीच म्हणाली.

तिने खूप दिवस चिंता करत बसून काढले. अखेर तिला एक उपाय सुचला. च्यवनऋषी आणि त्यांची पत्नी सुकन्या हे एक अत्यंत धार्मिक आणि सत्शील जोडपं जवळच्या रानात एका कुटीत राहत असे. ती त्या दोघांना ओळखत असे.

एक दिवस योग्य वेळ साधून ती आपल्या पतीला म्हणाली, "मला काही काळ च्यवनऋषी आणि त्याच्या पत्नीसमवेत व्यतीत करायचा आहे. तरी मी काही महिन्यांसाठी त्यांच्याकडे जाऊन राहू का?"

"हो, नक्की. का नाही? आपण दोघं जाऊ यात का?"

त्यावर उर्वशी म्हणाली, "पतिदेव, तसं नको. हे मी एकटी करू इच्छिते. मला काही काळ त्या दोघांच्या सोबत एकटीने घालवायचा आहे. तुम्ही इथेच थांबून राज्यकारभार चालवा आणि तुमच्या प्रजेची काळजी घ्या."

पुरुरवा सौम्य स्वभावाचा आणि समजूतदार पती होता त्यामुळे त्याने आपल्या पत्नीच्या इच्छेचा मान राखला. ती नेहमी आनंदात असली पाहिजे, असं त्याला वाटायचं.

मग उर्वशी च्यवनऋषी आणि त्यांची पत्नी सुकन्या यांना जाऊन भेटली. आपण कशा कठीण परिस्थितीत सापडलो आहोत, ते तिने त्यांना सांगितलं. मग त्यांनी तिला आपल्या घरी ठेवून घेतलं. तिचा सांभाळ केला. काही महिन्यांनंतर तिने एका पुत्राला जन्म दिला. त्याचं नाव आयूर ठेवण्यात आलं. मग जड अंत:करणाने तिने ते बाळ सुकन्येच्या ओटीत टाकलं. ती म्हणाली, "आजपासून

हा मुलगा तुमचा. तुम्ही त्याचा पोटच्या पोरासारखा सांभाळ करा. त्याला गुणी आणि सज्जन माणूस बनवा. परंतु तो एक राजपुत्र आहे. त्यामुळे तुम्ही जर त्याला धनुर्विद्येचं शिक्षण देऊ शकलात, तर मला फार आनंद वाटेल. माझ्यावर ओढवलेली ही परिस्थिती कधी बदलेल आणि मी परत माझ्या बाळाकडे कधी येऊ शकेन, हे तर मला काही सांगता येणार नाही. पण आत्ता माझं मुख्य कर्तव्य आहे माझ्या पतीसोबत राहणं.''

जड अंत:करणाने आणि साश्रू नयनांनी उर्वशी पुरुरवाकडे परतली. आपल्या मुलाविषयी पुरुरवाला काहीच माहीत नव्हतं. इकडे स्वर्गात इंद्र खूप नाराज होता. उर्वशी स्वर्गात परत यावी यासाठी तो उतावीळ झाला होता. एव्हाना ती आपल्या दरबारात परत कशी काय आली नाही, याचंच त्याला आश्चर्य वाटत होतं. तो मनाशी म्हणाला, 'या उर्वशीने आपल्या पतीसोबत राहायला मिळावं म्हणून आयुष्यातल्या केवढ्या मोठ्या गोष्टीवर पाणी सोडलं आहे. मलाच आता काहीतरी क्लृप्ती करून उर्वशीला स्वर्गात येण्यास भाग पाडलं पाहिजे.'

त्याने आपल्या दोन गुप्तहेरांना जवळ बोलावलं. तो म्हणाला, ''उर्वशी गळ्यात एक सुंदर रत्नजडित हार घालते. तो तिला तिच्या पतीने दिला असून तो गेल्या कित्येक पिढ्यांपासून त्यांच्या घराण्यात आहे. तो त्यांचा अमूल्य ठेवा आहे. त्याचं भावनिक मोल तर फारच जास्त आहे. आता परत कधी ती आपल्या पतीबरोबर घराबाहेर पडली आणि ते दोघं च्यवनऋषींच्या आश्रमाच्या जवळपास गेले, तर तू गिधाडाचं रूप घेऊन तो हार तिच्याकडून पळव. त्यानंतर शक्य तेवढं उंच उड. राहिलेलं मी बघतो.''

त्यानंतर दुसऱ्या गुप्तहेराकडे वळून इंद्र म्हणाला, ''तू एका गरीब साधूचं रूप घेऊन च्यवनऋषींच्या आश्रमात जा. तिथे काहीतरी करून आयूरला बाहेर काढून ते गिधाड दाखव. मग राहिलेलं सगळं आपोआपच सुरळीत होईल.''

इंद्राच्या आज्ञेप्रमाणे त्याच्या दूताने उर्वशीच्या गळ्यातला हार पळवला. ती आपल्या पतीसोबत फेरफटका मारण्यासाठी गेली होती. गिधाड तो हार घेऊन उंच भरारी घेऊन निघून गेलं.

त्यानंतर काही वेळात एक गरीब साधू च्यवनऋषींच्या आश्रमात शिरला. तिथे उर्वशीचा पुत्र आयूर धनुर्विद्येचा सराव करत होता. तो साधू त्याच्याशी बोलू लागला. ''काय रे बाळा, तुला खूप दूरवर बाण मारता येतो का? पण मला नाही वाटत तुला येत असेल. तू तर जेमतेम दहा वर्षांचा असशील. तुला काय येणार?''

त्यावर आयूर म्हणाला, ''येतो. मला खूप दूरवर बाण मारता येतो.''

''खरं की काय?''

त्यावर आयूरने मान डोलावली.

"मग जरा आभाळाकडे बघ बरं. तुला ते गिधाड दिसतंय का? त्याने चोचीत काहीतरी पकडून धरलं आहे. तू म्हणतोस तेवढा खरंच हुशार असशील ना, तर त्या गिधाडाला जमिनीवर पाड आणि त्याच्या तोंडातली वस्तू मला आणून दे."

"ते तर खूपच सोपं आहे." असं म्हणून त्या मुलाने त्या गिधाडावर बाण सोडला.

इकडे पुरुरवा घोड्यावर स्वार होऊन त्या गिधाडावर बारकाईने लक्ष ठेवून होता. त्याच्यावर बाण सोडून त्याला मारायचे आणि उर्वशीचा हार तिला परत मिळवून द्यायचा असं त्याने ठरवलं होतं. उर्वशी त्याच्या पाठोपाठ निघाली होती पण ती बरीच मागे पडली होती. "त्या गिधाडाची माझ्या पत्नीच्या गळ्यातला हार चोरण्याची हिंमतच कशी झाली?" पुरुरवा मनात म्हणाला. त्याने एक बाण या गिधाडाच्या दिशेने सोडला.

इंद्राने मनात धरलेल्या इच्छेप्रमाणेच सगळं घडलं. पुरुरवा आणि आयूर या दोघांचे बाण दोन दिशांनी येऊन एकदमच त्या गिधाडाला लागले. त्याबरोबर चोचीतला हार खाली टाकून ते गिधाड उडून गेलं. हार जिथे पडला तिकडे राजा पुरुरवा आणि आयूर असे दोघे धावत गेले आणि ते एकमेकांच्या समोर उभे ठाकले. आयूरने हारावर झडप घालून तो आधी उचलला. त्याने असा चमकदार रत्नजडित सुवर्णाचा हार याआधी कधीही पाहिला नव्हता. तो हार हातात घेऊन त्याच्याकडे निरखून बघत उभा राहिला. इतक्यात पुरुरवा तिथे आला. आयूरच्या हातातला हार पाहून तो म्हणाला, "ए मुला, मी आधी त्या गिधाडाला बाण मारला होता. तो हार माझा आहे."

"मुळीच नाही. त्याला आधी मी बाण मारला होता. शिवाय तुमच्याआधी मी इथे येऊन पोचलो. हार मला आधी मिळाला. हा मी माझ्या गुरुमातेला देईन. तिला खूप आनंद होईल." तो चुणचुणीत मुलगा आयूर म्हणाला.

"अरे मुला, मला वाटतं तू मला ओळखलं नाहीस. मी राजा पुरुरवा आहे. मी या देशाचा राजा आणि एक निष्णात धनुर्धारी आहे. माझं लक्ष्य कधीच चुकत नाही."

"मीसुद्धा एक उत्कृष्ट धनुर्धारी आहे," तो लहान मुलगा म्हणाला, "आणि माझा नेमसुद्धा कधी चुकत नाही."

पुरुरवाने त्याला समजावून सांगण्याचा खूप प्रयत्न केला. तो म्हणाला, "अरे बाळा, तू तर ऋषिपुत्र आहेस. तुला या हाराचा काय उपयोग? शिवाय हा आमच्या कुटुंबाचा ठेवा आहे. वंशपरंपरेने तो माझ्याकडे आलेला आहे. पण मी तुला त्या बदल्यात जमीन आणि हव्या तेवढ्या गायी देईन."

"पण मला तसलं काही नको. मला हा हारच हवा."

पुरुरवाने अगदी शांतपणे त्याची समजूत घालण्याचा प्रयत्न केला, पण आयूरचा हट्ट कायमच होता.

अखेर पुरुरवा म्हणाला, "हे बघ मुला, आता मला नाइलाजाने कडक धोरण अवलंबावं लागतंय. चल, मी तुला माझ्या धनुर्विद्येचं प्रात्यक्षिक दाखवतो." असं म्हणून त्याने आयूरवर बाण रोखला.

त्याबरोबर आयूरनेही भात्यातून बाण काढून धनुष्याच्या प्रत्यंचेला लावला. "मग माझीही धनुर्विद्या बघाच आता तुम्ही!"

नेमक्या त्याच वेळी त्या दोघांचा शोध घेत च्यवनऋषींची पत्नी आणि आयूरची गुरुमाता सुकन्या आणि उर्वशी तिथे पोचल्या.

"आयूर थांब."

"पुरुरवा, तुम्ही थांबा."

उर्वशीने सुकन्येकडे पाहताच हा समोर उभा असलेला मुलगा आपलाच पुत्र आहे हे उर्वशीला कळून चुकलं.

सुकन्याने विचार केला, आता सत्य सर्वांच्या समोर यायलाच हवं. ती म्हणाली, "तुम्ही एकमेकांशी नाही लढू शकत. ते नियमबाह्य वर्तन होईल."

"पण का?" पुरुरवा म्हणाला.

"महाराज, तो तुमचाच मुलगा आहे, म्हणून." सुकन्या हलकेच म्हणाली.

"काय? माझा मुलगा? तुमचा काहीतरी गैरसमज होतोय." पुरुरवा म्हणाला.

मग उर्वशीने पुढे होऊन पुरुरवाला सगळी हकिकत सांगितली, "दहा वर्षांपूर्वी मी तुम्हाला सोडून काही महिने इथे आश्रमात येऊन राहिले होते ना, तेव्हा मी आपल्या पुत्राला जन्म दिला. मला तसं करणं भाग पडलं, कारण भरतमुनींनी मला एक शाप दिला होता, त्यानुसार मी पृथ्वीवर येऊन तुमच्याशी विवाहबद्ध झाले. पण त्यानंतर त्या शापात त्यांनी थोडा बदल केला. हा बदल त्यांनी इंद्रदेवाच्या सांगण्यावरून केला. तो बदल असा होता की जर मला तुमच्यापासून अपत्य झालं आणि ती गोष्ट मी तुम्हाला कळू दिली, तर मला स्वर्गलोकी परत जावं लागेल आणि इंद्रदेवाच्या दरबारातील अप्सरा होऊन राहावं लागेल. परंतु महाराज, तुम्ही माझ्याशिवाय जगू शकणार नाही, हे मला माहीत होतं. त्यामुळेच आयूरच्या जन्माची हकिकत मी लपवून ठेवली."

"अगं उर्वशी, तू माझ्यासाठी हा किती मोठा त्याग केलास. तू हे सगळं मला आधी का नाही सांगितलंस? मी इंद्राशी घनघोर लढाई केली असती." पुरुरवा दु:खाने म्हणाला.

पण त्याचं वाक्यसुद्धा पूर्ण होण्याआधीच उर्वशी तिथून नाहीशी झाली. ती इंद्राच्या दरबारात परत गेली. पुरुरवासाठी हा क्षण कडूही होता आणि गोडही. त्याने

साश्रू नयनांनी आपल्या पुत्राला पोटाशी धरलं. मग दोघे पितापुत्र च्यवनऋषींचा आणि सुकन्येचा निरोप घेऊन निघाले. उर्वशीशिवायच राजधानीत परतले.

आपल्या राजवाड्यात परत गेल्यावर पुरुरवाने आपल्या पत्नीचा ध्यास घेतला. रात्रंदिवस तो तिच्याच नावाचा जप करत बसे. तिच्याशिवाय आयुष्य फारच कठीण जात होतं त्याला! त्याचं अर्थातच त्याच्या मुलावर खूप प्रेम होतं. तरीपण उर्वशीच्या जाण्याने त्याच्या हृदयात जी पोकळी निर्माण झाली होती, ती कशानेच भरून येत नव्हती. इंद्राच्या दरबारात उर्वशीसुद्धा सतत दु:खी असे. तिला आपल्या पृथ्वीवरच्या कुटुंबाची सतत आठवण येत असे.

एक दिवस पुरुरवाच्या मनात विचार आला, "मी या इंद्राला आजवर कितीतरी वेळा मदत केली असेल, त्याच्या वतीने कितीतरी लढाया लढल्या असतील. आणि तरीही माझ्या धर्मपत्नीवर त्याने असा अन्याय करावा? हे मी नाही सहन करू शकत. आता मला त्याच्याविरुद्ध युद्धच पुकारलं पाहिजे. माझ्या पत्नीची सुटका करून तिला परत आणलं पाहिजे. त्याच्यामुळेच माझ्या कुटुंबाची अशी वाताहात झाली आहे."

आपण इंद्राबरोबर युद्ध पुकारण्याचा जो निर्णय घेतला आहे तो योग्यच आहे असा पुरुरवाचा ठाम विश्वास होता. त्यामुळे त्याने सैन्याची जमवाजमव करून युद्धाची तयारी सुरू केली.

इंद्राला जेव्हा हे समजलं, तेव्हा पुरुरवाच्या सेनेपुढे आपला काही टिकाव लागणार नाही, याची त्याला जाणीव झाली. शिवाय एके काळी मित्र असलेला पुरुरवा आता शत्रू होणं इंद्राला परवडण्यासारखं नव्हतं. या कठीण परिस्थितीतून बाहेर पडण्याचा एकच मार्ग इंद्रापुढे होता - उर्वशीला पृथ्वीवर पाठवणं. इंद्राला आपल्या दरबारातलं एक अनमोल रत्न गमवावं लागलं असतं. पण उर्वशीचं हृदय, तिचं मन मानवी होतं. शिवाय तिचं तिच्या कुटुंबावर निरतिशय प्रेम होतं. तिचं कुटुंब हेच तिचं सर्वस्व होतं. त्यामुळे तिला जाऊ देणं हेच योग्य होतं. इंद्र स्वत:च उर्वशीला पुरुरवाकडे घेऊन गेला आणि म्हणाला, "तुझं आणि तुझ्या पत्नीचं एकमेकांवर निस्सीम प्रेम पाहून मी भारावून गेलो आहे. हीच ती स्त्री. तिच्या असामान्य निश्चयी स्वभावामुळे तिने आयूरला तुझ्यापासून तर दूर ठेवलंच, पण स्वत:च्या हृदयातली मातृत्वाची भावना तिने तब्बल दहा वर्षं दडपून टाकली. माझे तिला आशीर्वाद आहेत. अजूनही तिची स्वर्गातली जागा आणि तिच्या अंगच्या स्वर्गीय शक्ती कायम राहतील आणि एका अप्सरेच्या शक्तीचा तिला हवा तेव्हा हवा तसा उपयोग ती करू शकेल, असं वरदान मी तिला देत आहे."

पुरुरवानाने इंद्राच्या या कृपादृष्टीबद्दल त्याचे आभार मानले. सर्व देवांचेही आभार मानले. आपल्याला इतकी निष्ठावान पत्नी आणि इतका कुशाग्र बुद्धीचा पुत्र

लाभला याबद्दल त्याला कृतज्ञता वाटली.

श्रेष्ठ कवी कालिदासाने या विषयावर एक नाटक लिहिलं. त्याचं नाव आहे 'विक्रमोर्वशीयम्.'

जगातील पहिले प्रतिरूप

स्वर्गाचा स्थापत्यपती महान विश्वकर्मा याला एक सुंदर मुलगी होती. तिचं नाव संजना. संजनाने एखाद्या महान शक्तिशाली देवाशीच विवाह करावा, असं त्याला वाटत असे. त्याने तिला त्याविषयी सल्ला देताना सांगितलं होतं, ''माझ्या दृष्टीने तुझ्यासाठी सुयोग्य वर फक्त तीनच आहेत; जे तुझ्या जीवनात प्रकाश निर्माण करू शकतात. त्यातला पहिला आहे विद्युत म्हणजे विजेचा देव, दुसरा अग्नी आणि तिसरा सूर्य. या तिघांपैकी वर म्हणून तुला कोण पसंत आहे?''

संजनाने त्याच्या बोलण्यावर विचार केला. मग ती म्हणाली, ''वीज ही तर क्षणिक असते. विजा या केवळ रात्रीच्या वेळी पाऊस आणि ढगांचा गडगडाट झाला तरच चमकतात. अग्नीसुद्धा आपोआप तयार होत नाही. त्यासाठी कुणीतरी आग पेटववी लागते. पण सूर्य मात्र सदासर्वकाळ असतोच. शिवाय तो मानवजातीच्या अस्तित्वासाठी आवश्यक आहे. म्हणजेच या तिन्ही देवांमध्ये महाशक्तिशाली केवळ सूर्यच आहे. म्हणून मला सूर्याशी विवाह करायचा आहे.''

त्यानंतर त्या दोघांचा विवाह ठरला आणि काही दिवसांतच ते विवाहबद्ध झालेसुद्धा.

लग्नानंतर संजना सूर्याकडे राहायला गेल्यावर तिला एका गोष्टीचा जाणीव झाली. एका आदर्श पतीच्या अंगी जे काही गुण हवेत ते सगळेच्या सगळे सूर्यामध्ये होते. परंतु एका गोष्टीसाठी मात्र तिने स्वत:च्या मनाची तयारी केली नव्हती. ती म्हणजे सूर्याची दाहकता. सूर्याचं तेज इतकं प्रखर होतं, इतकं दाहक होतं, की त्याच्यासोबत राहणं संजनाला अशक्यप्राय होऊन बसलं.

अखेर काहीतरी सबब सांगून ती माहेरी आली. आपल्या वडिलांशी चर्चा करून

यातून काहीतरी मार्ग काढता येतो का, ते तिला पाहायचं होतं. संजनाने जेव्हा आपली परिस्थिती विश्वकर्म्याला समजावून सांगितली, तेव्हा त्याने सूर्याची ऊर्जा कमी करण्याची तयारी दाखवली. त्याने आपलं सर्व कौशल्य पणाला लावून ते करूनही दाखवलं. मग त्यातून काही ऊर्जा, तेज आणि धूळ वाचले. त्यापासून विश्वकर्म्याने तीन दैवी गोष्टी निर्माण केल्या.

त्यातली पहिली होती पुष्पक विमान. हे वाहन तिन्ही लोकांत संचार करू शकत असे. त्याने ते धनसंपत्तीची देवता असलेल्या कुबेराला दिलं. परंतु लंकाधीश रावणाने ते कुबेराकडून पळवलं आणि नंतर त्याच्या साहाय्याने त्याने सीतेचं अपहरण केलं. रावणाच्या मृत्यूनंतर त्या पुष्पक विमानाचा मालकी हक्क त्याचा भाऊ बिभीषण याच्याकडे आला.

दुसरी गोष्ट म्हणजे त्रिशूल. विश्वकर्म्याने भगवान शंकरासाठी ते बनवलं. पुढे जेव्हा जेव्हा गरज पडली, तेव्हा या विनाशाच्या देवतेने - म्हणजेच भगवान शंकरांनी - ते त्रिशूल आपली पत्नी पार्वती हिलासुद्धा वापरायला दिलं. तिने असुरांचा वध करण्यासाठी ते वापरलं. आज आपण त्रिशूल हे भगवान शंकरांचं प्रतीक मानतो.

तिसरी आणि शेवटची गोष्ट म्हणजे सुदर्शन चक्र. हे श्रीविष्णूंना देण्यात आलं. विष्णू म्हणजे संरक्षक देवता, जतन करणारी देवता. विष्णूला नेहमी एका हातात सुदर्शन चक्र घेतलेलंच दाखवतात. पुराणामध्ये या सुदर्शन चक्राचं वर्णन आढळतं. या चक्राला एकशेआठ तीक्ष्ण टोकं असून त्यांच्या दोन वर्तुळाकार रांगा असतात. त्या एकाच वेळी परस्परांच्या विरुद्ध दिशेने वर्तुळाकार फिरत असतात. हिंदू पुराणांत कित्येक कथांमध्ये या सुदर्शन चक्राचा वारंवार उल्लेख आढळतो. भगवान विष्णूंनी राहू आणि केतू या दोन राक्षसांचा शिरच्छेद करण्यासाठी या चक्राचा वापर केला होता. हे दोन राक्षस आपण देव आहोत असं भासवत अमृतकुंभाची चोरी करून अमरत्व प्राप्त करण्याच्या अभिलाषेने आले असता श्रीविष्णूंनी त्यांचा वध केला होता. समुद्रमंथनाच्या वेळी ज्या मंदार पर्वताचा रवी म्हणून वापर करण्यात आला, तो पर्वत कापण्यासाठीसुद्धा सुदर्शन चक्रच वापरण्यात आलं होतं. विष्णूच्या दशावतारांपैकी एक अवतार असलेल्या श्रीकृष्णानेसुद्धा सुदर्शन चक्राचा वापर केला होता. शिशुपालाने एका यज्ञाच्या प्रसंगी श्रीकृष्णाचा अपमान केला होता. त्याचा शिरच्छेद करण्यासाठी श्रीकृष्णाने सुदर्शन चक्राचा वापर केला होता. दुसऱ्या वेळी जयद्रथाचा वध करण्यासाठी काही काळासाठी सूर्यबिंब झाकलं होतं आणि सूर्यास्ताचा आभास निर्माण केला होता. त्याचप्रमाणे युद्धात महान सेनानी भीष्म यांना श्रीकृष्णाने आपल्या खऱ्या अवतारात जेव्हा दर्शन दिलं होतं, तेव्हा त्याच्या हातात सुदर्शन चक्र होतं. त्याचप्रमाणे अर्जुनाने आपली सर्व शक्ती पणाला लावून

हे युद्ध करावं यासाठी श्रीकृष्ण जेव्हा त्याचं मन वळवत होता, तेव्हा अर्जुनाला श्रीकृष्णाने विश्वरूपदर्शन घडवून आणलं. त्या प्रसंगी त्याने आपलं चक्रधारी रूप अर्जुनाला दाखवलं.

विश्वकर्म्याने या तीनही गोष्टी निर्माण केल्यानंतर मनात आशेचा किरण घेऊन संजना आपल्या पतीच्या घरी गेली. या खेपेला सूर्याच्या ऊर्जेत बराच फरक पडला आहे, त्याची तीव्रता जरा कमी झाली आहे, असं संजनाला वाटलं. पण अजूनही तेवढा दाह सहन करणं तिला शक्य नव्हतं. मग ती आपल्या माहेरी निघून गेली. काही काळानंतर पतिदेव सूर्याचं आपल्याला बोलावणं येणार आणि आपले वडील परत आपली पतिगृही पाठवणी करणार, हे ती जाणून होती. यावर संजनाने खूप विचार केला. अखेर ती एका प्रखर बुद्धिमान स्थापत्यशास्त्रज्ञानाची कन्या होती. आपल्या वडिलांकडून त्यांची विद्या तिनेही थोड्याफार प्रमाणात आत्मसात केलेलीच होती. त्यामुळे तिने एक प्रयोग करायचं ठरवलं. तिने स्वत:चं प्रतिरूप बनवण्याचं ठरवलं. त्यात फक्त एकच बदल ती करणार होती. तिच्या या प्रतिरूपाला सूर्याची दाहकता सहन करता येणार होती. तिने आपल्या प्रतिरूपाला छाया असं नाव दिलं आणि आपल्या पतीकडे पाठवून दिलं. तिने छायाला हुबेहूब आपल्यासारखंच वागण्याची सूचना दिली.

हिंदू पुराणांमध्ये स्वत:चं प्रतिरूप बनवण्याचा विचार करून तो प्रत्यक्षात आणणारी संजना ही पहिली व्यक्ती होती. आजच्या युगात यालाच आपण 'क्लोनिंग' असं म्हणतो. (एका जन्मदात्या पेशीपासून हुबेहूब तशीच दुसरी पेशी निर्माण करणं.)

एकदा आपलं प्रतिरूप बनवून सूर्याकडे पाठवल्यावर संजना माहेरी आली. आता तिने आपल्या पित्याकडे आरामात राहायचं ठरवलं. आता काही सूर्य आपल्याला घाईने परत बोलावून घेणार नाही याची तिला कल्पना होती. आपल्या मनाची परत जाण्यासाठी पूर्ण तयारी झाली, की मगच आपण पतीकडे परत जायचं, असं तिने ठरवलं.

इकडे सूर्यदेवाच्या घरी राहणारी स्त्री ही त्याची पत्नी संजना नसून छाया आहे, हे सूर्याच्या अजिबात लक्षात आलं नाही. त्यामुळे छाया त्याच्याकडेच राहू लागली. काही काळानंतर तिने एका पुत्राला जन्म दिला. त्याचं नाव शनी ठेवण्यात आलं. शनीच्या जन्माची वार्ता जेव्हा विश्वकर्म्याच्या कानी पडली, तेव्हा त्याने क्षुब्ध होऊन आपल्या कन्येला जाब विचारला. आता संजनाकडे खरं बोलण्यावाचून दुसरा काहीच पर्याय उरला नाही. तिने आपल्या वागण्याची वडिलांसमोर कबुली दिली.

आपण आपलं प्रतिरूप बनवून पतिगृही पाठवलेलं असून तेच सूर्याची पत्नी म्हणून राहत आहे, हेही तिने सांगितलं.

ते ऐकून विश्वकर्मा भयचकित झाला. तो म्हणाला, ''बाळे, तू फार मोठी चूक केली आहेस. अशाप्रकारे प्रतिरूपं तयार केली की निसर्गाचा समतोल त्यामुळे ढळतो. संपूर्ण मानवजातीचा समतोल त्यामुळे ढळू शकतो. तू पुन्हा अशी चूक कधीही करू नको. आता तू आपल्या पतीकडे परत जा.''

संजनाला तिची चूक कळली. ती आपल्या पतीकडे परत गेली. तिने आपलं प्रतिरूप तत्काळ नष्ट करून टाकलं आणि सूर्याची पत्नी म्हणून राहू लागली. सूर्याचा दाह सहन करू लागली. ही आपली आई नसल्याचं शनीच्या सुद्धा लक्षात आलं नाही. तो संजनालाच आई मानून राहू लागला. असे काही दिवस लोटले. त्यानंतर संजनाने जुळ्या अपत्यांना जन्म दिला. त्यांची नावं यम आणि यमी अशी ठेवण्यात आली. यम हा मुलगा आणि यमी ही मुलगी होती.

आता सूर्याला तीन अपत्यं होती – शनी, यम आणि यमी. पण शनीकडे पाहिल्यावर संजनाला सतत छायाची आठवण येई. हळूहळू संजना शनीचा रागराग करू लागली. तिने त्याच्याकडे दुर्लक्ष करण्यास सुरुवात केली. बिचारा शनी उदास राहू लागला. तो सतत कुठल्यातरी मानसिक दडपणाखाली असे. ही संजना आपली आई नाही, याची त्याला मुळीच कल्पना नव्हती. ही आपल्याशीच असं वेगळं का वागते, असा तो विचार करत बसे. सूर्यदेवावर मात्र सृष्टीच्या नियंत्रणाची फार मोठी जबाबदारी असल्याने तो त्यातच व्यग्र असे. आपला मुलगा दु:खी, उदास, निराश असतो हे त्याच्या कधी लक्षातच आलं नाही. शनी कधीतरी आळशीपणा करायचा. मग लगेच संजना त्याविषयी आपल्या पतीकडे तक्रार करायची, चढवून वाढवून काहीतरी सांगायची. तिच्या या अशा वागण्यामुळे हळूहळू वडील आणि मुलगा यांमध्ये तेढ निर्माण झाली.

बघता बघता तीनही मुलं मोठी झाली. एक दिवस सूर्याने त्यांना बोलावून घेतलं. तो म्हणाला, ''तुम्ही आता एखाद्या कामाची संपूर्ण जबाबदारी घेण्याइतपत मोठे झाला आहात. तेव्हा मी प्रत्येकावर एक एक काम सोपवणार आहे.''

मग तो यमीला म्हणाला, ''तू आता पृथ्वीवर जाऊन यमुना नदी बनून वाहू लाग. तू भाग्यवान ठरशील. साक्षात् श्रीविष्णू कृष्णाचा अवतार घेऊन पृथ्वीवर जन्म घेतील आणि तुझ्या अवतीभोवती मोठे होतील. लोक तुझ्या पाण्यात स्नान करून पापक्षालन करतील. ज्या स्त्रिया दीपावलीच्या दिवशी तुझ्या पाण्यात उतरून स्नान करून आपल्या भावंडांसाठी प्रार्थना करतील, त्यांच्या सर्व मनोकामना पूर्ण होतील. तुझ्या पात्रात अनेक कासवं वास्तव्य करून राहतील आणि त्यामुळेच तुझं प्रतीक म्हणून एक स्त्री कासवाबरोबर असेल.''

यमीने आपल्यावर टाकलेली जबाबदारी स्वीकारली आणि ती पृथ्वीकडे निघून गेली.

त्यानंतर सूर्य यमाकडे वळून म्हणाला, "तुझ्यावर मी धर्माच्या संरक्षणाची जबाबदारी टाकत आहे. तू न्यायाची देवता होशील. तू संपूर्ण जगावर न्यायी पद्धतीने राज्य करशील. जन्माला आलेल्या प्रत्येक जीवाच्या पाप-पुण्याचा, सत्कृत्यांचा आणि दुष्कृत्यांचा तू हिशेब ठेवशील. त्या जीवांचा मृत्यू झाला की त्यांच्या हातून घडलेल्या कर्मानुसार तू त्यांना शिक्षा देशील अथवा बक्षीस देशील. प्रत्येक माणसाविषीचं तुझं कर्तव्य तू न्यायी पद्धतीने आणि चोख पार पाडशील. तू कुणालाही दया दाखवणार नाहीस, कुणावरही उपकार करणार नाहीस. तुला गहन असं ज्ञान प्राप्त होईल. आजपासून सर्व जण तुला यमधर्म म्हणूनच ओळखतील."

यमधर्माने ही जबाबदारी आनंदाने स्वीकारली आणि तो मृत्युलोकी रवाना झाला. जन्माला आलेला प्रत्येक जीव मरण पावला की त्याचा आत्मा मृत्युलोकी जातो.

त्यानंतर सूर्य शनीकडे वळून म्हणाला, "तू कोणत्याच कामाचा नाहीस. अगदी निरुपयोगी आहेस. त्यामुळे मी तुझ्यावर कोणतीही जबाबदारी टाकणार नाही."

ते ऐकून शनीला आश्चर्याचा धक्का बसला. या अशा प्रकारचं बोलणं त्याला आपल्या जन्मदात्या पित्याकडून मुळीच अपेक्षित नव्हतं. त्याने अपेक्षेने संजनाकडे पाहिलं. "माते, तू काहीच का बोलत नाहीस? तू मला खरं खरं सांग. मी लहान असल्यापासून कधीही तू माझ्या पाठीशी उभी राहिली नाहीस, माझी पर्वा केली नाहीस. माझं आणि पिताजींचं कधी भांडण झालं तर ते थांबवण्याचा तू साधा प्रयत्नसुद्धा करत नाहीस. तुझ्या या अशा वागण्यामुळेच मी असा दुःखी, उदास आणि निराश बनलो आहे. तू अशी कशी आई आहेस गं? ही अशी आई कुणालाही कधी लाभू नये."

ते ऐकून संजना संतप्त झाली. तिने त्याचं बोलणं मध्येच थांबवलं. "तू आपल्या आईचा अपमान केलास? एक आई ही सर्व जगात महान अशी शक्ती असते. मग ती कुणी का असेना. मी तुला असा शाप देते की आत्ता या क्षणापासून तुझे पाय लुळे पडतील."

शनी तत्काळ खाली पडला. त्याचा एक पाय लुळा झाला होता.

संजनाच्या या अशा क्रूर वागण्यामुळे सूर्य थक्क झाला. तो म्हणाला, "हे बघ, शनीचं वागणं मी समजू शकतो. तो अजून लहान आहे. अजून या जगाची त्याला पुरती ओळख झालेली नाही. पण एक आई आपल्या स्वतःच्या मुलाला असा शाप कसा काय देऊ शकते? तू असं का केलंस? जा त्याला शांत कर. त्याची समजूत

घाल. एक आई म्हणून तुझं ते कर्तव्य आहे. मला तर आता असंच वाटू लागलं आहे, की शनीने तुझ्यावर जे काही आरोप केले, त्यात तथ्य असलं पाहिजे. मला खरं खरं सांग - नक्की काय झालंय?''

गेल्या कित्येक वर्षांपासून संजनाने आपल्या हृदयात हे गुपित दडवून ठेवलं होतं. पण आता तिला ते दडवता येईना. तिने घडलेला सर्व प्रकार सूर्यदेवाला कथन केला. आपण आपलं स्वत:चं प्रतिरूप निर्माण करून त्याला छाया असं नाव देऊन आपली जागा घेण्यासाठी कसं पाठवलं होतं, हे सर्व काही तिने त्याला सांगितलं. शनी हा त्या छायाचाच पुत्र असल्याचंही सांगितलं.

मग त्या आईविना पोरक्या पोरासाठी सूर्याचं हृदय कणवेनं भरून आलं. तो म्हणाला, ''पुत्रा, मी फार मोठी चूक करून बसलो आहे. मी माझ्या व्यापात इतका गर्क राहिलो की संजना आणि छाया या दोघींमधला फरकसुद्धा माझ्या ध्यानात येऊ शकला नाही? पण खरंतर ही सबब मी देणं योग्यच नाही. तुझे जे असे हाल झाले तर त्याला फक्त मी जबाबदार आहे. मी संजनाच्या शापाची तीव्रता कमी करण्याचा प्रयत्न करेन. त्यामुळे तू लुळापांगळा राहणार नाहीस. पण तू चालताना किंचित लंगडशील. कारण एका मातेच्या शापाची तीव्रता मी पूर्णपणे कमी नाही करू शकत. चल, आता उठून उभा राहा आणि चालण्याचा प्रयत्न कर.''

शनी उठून उभा राहिला. सूर्य पुढे म्हणाला, ''सर्व जीवांच्या मृत्यूनंतरचा न्यायनिवाडा करण्याची खूप मोठी जबाबदारी मी तुझ्या भावावर सोपवली आहे. तशीच आणखी एक जबाबदारी मी तुझ्यावरसुद्धा सोपवतो आहे. तूसुद्धा न्यायनिवाडा करून ज्याला त्याला त्याच्या वागण्याची चांगली वाईट फळं देशील. पण ती त्या जीवांच्या हयातीतच देशील. म्हणजेच ते आपल्या चुकांपासून काहीतरी धडा घेतील आणि आपल्या वागण्यात सुधारणा घडवून आणतील. ग्रहमालिकेमध्ये शनी म्हणून तुला अत्यंत मानाचं स्थान मिळेल. तू तुझं कर्तव्य चोखपणे बजाव. कुणालाही घाबरू नकोस आणि कुणावर मेहरबानी करू नकोस. लोकांच्या दुराभिमानाला तू नियंत्रणाखाली ठेवशील. त्यांच्या स्वभावाकडे लक्ष ठेवशील. त्यांना समृद्धीची दिशा दाखवशील. दुर्वतर्नाचे परिणाम तू सर्वांनाच भोगायला लावशील. मग ते देव असोत, दानव असोत की मानव असोत. मी तुझा भूतकाळ तर नाही बदलू शकत, याचं दु:ख मला आहे. पण इथून पुढे तुझं जे काही स्थान असेल त्यामुळे तू सर्वशक्तिमान ग्रह बनशील.''

ते ऐकून शनीला आश्चर्याचा धक्का बसला. ''सत्य उजेडात आलं याचा तर मला आनंदच आहे,'' तो म्हणाला, ''त्यामुळे माझ्या मनाला शांती मिळाली. माझ्या मनातील रुखरुख संपली. पिताजी मी तुमच्या आज्ञेचं अगदी कसून पालन करीन. प्रत्येक व्यक्तीच्या आयुष्यात मी एकूण तीन वेळा प्रवेश करीन. प्रत्येक

खेपेस मी साडेसात वर्षांच्या कालावधीत त्या व्यक्तीच्या आयुष्यात असेन. त्या कालखंडाला साडेसाती असं म्हणण्यात येईल. त्या काळात मी अनुभवलेल्या दु:खाएवढ्याच तीव्र दु:खाचा अनुभव त्या व्यक्तीला येईल. परंतु त्या दु:खातून ती व्यक्ती तावूनसुलाखून बाहेर पडेल. मी त्यांच्यावर माझी छत्रछाया धरेन. पिताजी, तुमच्यात आणि माझ्यात पूर्वीपासून सतत संघर्ष होत असल्याचा इतिहास आहे. त्यामुळेच कोणाच्याही कुंडलीमध्ये तुम्ही ज्या घरात असाल, त्या घरात मी राहणार नाही. त्यामुळे लोकांचा बराचसा त्रास वाचेल.''

सूर्याने शनीचं म्हणणं मान्य केल्यावर शनी तिथून निघाला.

त्यानंतर सूर्याने आपला मोहरा आपल्या पत्नीकडे वळवला. त्याला संजनाचा खूप राग आला होता त्यामुळे त्याने आपला दाह खूप वाढवला. तो दाह संजनाला असह्य झाला आणि तिला घर सोडून जाणं भाग पडलं. पतीला सोडून ती निघाली खरी, पण तिला आता आपल्या पित्याकडे परत जाण्याची लाज वाटत होती. ती दीर्घ काळ सूर्याच्या सोबतीने राहिलेली असल्याने तिच्या देहातही खूप उष्णता होती. त्यामुळे ती हिमालय पर्वतावर जाऊन एकांतवासात राहिली. पण तरीही आपल्याला इथेसुद्धा कुणीतरी ओळखेल या भीतीने तिने एका घोडीचं रूप घेतलं.

जसजसा काळ पुढे सरकत होता, तसातसा सूर्याचा राग मावळत चालला होता. तो आता जरा शांत झाला होता. त्याच्या मनात संजनाविषयीचे विचार दाटून आले होते. तो स्वत:शी म्हणाला, ''खरंच, संजनाने स्वत:चं प्रतिरूप निर्माण करून माझ्याकडे राहायला पाठवलं, त्यामागे तसंच सबळ कारण होतं. नाहीतरी माझी दाहकता कुणालाही सहन करणं शक्य नाहीच आहे. शिवाय मी दिवसभर हा इतकाच तप्त राहतो. खरंतर संजनाने विवाहानंतर हे सगळं सहन करत माझ्याबरोबर संसार करत राहावं, अशी अपेक्षा तरी कशी केली मी? चुकलंच माझं. पण मी अजूनही स्वत:त बदल घडवून आणू शकेन. मी पहाटे आणि सकाळी सौम्य असेन. त्यानंतर माझी तप्तता वाढत जाऊन मी दुपारी बारा वाजता सर्वांत प्रखर, सर्वांत दाहक बनेन. आणि त्यानंतर संध्याकाळपर्यंत माझी उष्णता कमीकमी होत जाईल. अखेर रात्री मी विश्रांतीला जाईन. तसं झालं की मग संजना माझ्यासोबत सुखाने राहू शकेल.''

आपला हा विचार योग्य असल्याची खात्री पटल्यावर सूर्य संजनाच्या शोधात निघाला. ती त्याला कुठे सापडली नाही. परंतु तो सूर्यदेव होता. त्यामुळे त्याला सर्वकाही दृग्गोचर होतं. त्याच्यापासून कोणतीच गोष्ट लपून राहणं शक्य नव्हतं. एक दिवस त्याला हे समजलं, की तिने आता घोडीचं रूप घेतलं असून ती हिमालयात विजनवासात राहते. मग तोसुद्धा घोड्याचं रूप धारण करून तिच्या शोधात निघाला.

संजनाची नजर त्याच्यावर पडताच हा आपला पती असल्याचं तिने तत्काळ ओळखलं. मग ते मनमोकळेपणे एकमेकांशी बोलले. त्यांनी विचारविनिमय केला. त्यांच्यात अखेर समझोता होऊन त्यांनी काही काळ हिमालयातच व्यतीत करायचं ठरवलं.

काही काळानंतर संजनाने पुन्हा जुळ्या मुलांना जन्म दिला. ही मुलं म्हणजेच आश्विनीकुमार (संस्कृतमध्ये घोड्याला 'अश्व' असं म्हणतात). त्यानंतर त्या मुलांना घेऊन ते दोघे घरी परतले. हे दोन्ही मुलगे पुढे मोठे झाल्यावर शिकून वैद्यराज झाले. ते स्वर्गातील देवांचे वैद्य बनले. त्याचप्रमाणे सूर्याच्या रथाच्या अश्वांचे ते नियंत्रकसुद्धा झाले.

पहाटेच्या वेळी सूर्यकिरणांबरोबरच हे दोघं आश्विनीकुमार येऊन कामाला लागतात. असं म्हणतात की सकाळच्या कोवळ्या उन्हात हे आश्विनीकुमारांचं अस्तित्व असल्यामुळेच त्या उन्हाने त्वचारोग बरे होतात.

सात माता

तुम्ही जर दक्षिण भारतात चोल साम्राज्याच्या काळात बांधण्यात आलेल्या मंदिरांत गेलात, तर तिथे तुम्हाला एकसारख्या आकाराच्या सात स्त्रियांच्या मूर्ती दिसतील. त्या सर्व जणी ललितासन नावाच्या आसनात बसलेल्या असतात. त्यांची जागा गाभाऱ्याच्या जवळ असून त्यांच्याकडे विविध शस्त्रास्त्रेसुद्धा असतात. या मूर्तींना सप्तमातृका किंवा सात माता असं म्हणतात. त्या दैवी शक्तीचं किंवा ऊर्जेचं प्रतिनिधित्व करतात. त्यांची नावं अशी : ब्राह्मी, वैष्णवी, कात्यायनी, इंद्राणी, कौमारी, विराही आणि चामुंडा. क्वचित कधीतरी आठवी मूर्तीसुद्धा असते. ही योगेश्वरीची किंवा सरस्वतीची असते.

ब्राह्मी ही ब्रह्माची अर्धांगिनी. तिला नेहमी चार मुखं असलेली दाखवतात. ती कमळावर बसलेली असते. तिने पीत वस्त्रं धारण केलेली असून तिच्या एका हातात कमंडलू तर दुसऱ्या हातात जपमाळ असते.

वैष्णवीच्या किंवा लक्ष्मीच्या हातात शंख आणि चक्र असतं. तिचे पती भगवान विष्णूंच्या हातातही तेच असतं.

शंकराची पत्नी कात्यायनी किंवा रुद्राणीच्या हातात त्रिशूल असतो.

इंद्राची पत्नी इंद्राणी हिने वज्रायुध हातात धरलेलं असतं.

सहा मुखांची गौरवर्णी कौमारी मोरावर बसलेली असून ती युद्धाची देवता कार्तिकेयाची शस्त्रं हातात घेऊन बसलेली दिसते.

विराहीचं शरीर सावळ्या रंगाचं असून तिचं मुख एका वराहाचं असतं. तिच्या

हाती तलवार असून ती कल्पक वृक्षाच्या खाली बसलेली असते.

चामुंडा हिला सर्व जण चामुंडेश्वरी याच नावाने ओळखतात. या देवीने लाल वस्त्रं नेसलेली असतात. तिच्या गळ्यात नरमुंडांची माळ असते. तिने हातात कवटी आणि त्रिशूल धरलेले असतात. तिच्या पायाशी एक राक्षस निपचित पडलेला असतो.

सप्तमातांची ही कथा विविध पुराणांमध्ये आढळते. असं म्हणतात की भगवान शंकरांचं अंधकासुर नावाच्या राक्षसाशी युद्ध चालू असताना त्यांनी या सप्तमातांना निर्माण केलं. भगवान शंकरांनी त्या अंधकासुरावर जिथे कुठे वार केला, त्या जखमेतून त्या अंधकासुराची आणखी एक प्रतिमा तयार होऊन ती शंकराशी लढू लागत असे. त्याच्या रक्ताचे जेवढे थेंब जमिनीवर सांडत होते त्या प्रत्येक थेंबातून नवीन राक्षस तयार होत होता. अशा रीतीने तिथे युद्धभूमीवर अक्षरशः हजारो अंधकासुर तयार झाले. त्यामुळे भगवान शंकरांना एकट्यांना इतक्या सगळ्या असुरांना तोंड द्यावं लागलं. रक्ताचे पाट वाहू लागले. शेवटी तो रक्ताचा ओघ थांबवण्यासाठी भगवान शंकरांनी आपल्या मुखातून निघालेल्या अग्नीच्या ज्वालांमधून योगेश्वरी देवीला निर्माण केलं. हे युद्ध स्वर्गातून इतर देवही पाहत होते. त्यांनी भगवान शंकरांच्या मदतीला धावून जायचं ठरवलं. त्यामुळे त्यांनी आपापल्या सहधर्मचारिणींना या युद्धात भाग घेण्यासाठी तयार केलं. त्यांनी आपली आयुधं लढण्यासाठी दिली. अशा तऱ्हेने योगेश्वरीच्या नेतृत्वाखाली या सप्तमाता असुराविरुद्ध युद्ध करण्यासाठी उभ्या ठाकल्या. अंधकाच्या रक्ताचा एकही थेंब जमिनीवर पडू द्यायचा नाही, असं मातांनी ठरवलं. त्यामुळे त्याचं टपटप गळणारं रक्त जमिनीवर पडण्याआधीच त्यांनी प्राशन करण्यास सुरुवात केली. त्यानंतर अल्पावधीतच भगवान शंकरांनी त्या अंधकासुराचा नाश केला.

भारतात सर्वत्र या देवींची आराधना करण्यात येते. विशेषतः पश्चिम बंगाल आणि ओडिशा या राज्यांत तर देवींच्या म्हणजेच स्त्रीशक्तीच्या उपासनेला फार महत्त्व आहे. दक्षिण भारतात या देवींच्या मूर्ती आणि पाषाणात कोरलेली शिल्पं बघायला मिळतात. परंतु पश्चिम बंगाल आणि ओडिशा या राज्यांत या देवींची अनेक जागी तैलचित्रं पाहायला मिळतात.

तुलसीपत्राचे वजन

समुद्रमंथनातून ज्या काही अनेक गोष्टी बाहेर पडल्या, त्यातली एक म्हणजे पारिजातकाचं झाड. मग ते इंद्रदेवांच्या नंदनवनात लावण्यात आलं. त्या झाडाला पहाटेच्या वेळी बहर यायचा आणि त्यावर नाजूक पांढऱ्या पाकळ्या आणि केशरी देठ असलेली नितांतसुंदर फुलं सूर्योदयाच्या पूर्वीच उमलायची. सूर्याचे किरण झाडावर पडताच त्या फुलांचा सुंदर सडा झाडाखाली पडायचा.

एक दिवस श्रीकृष्ण आपली पत्नी सत्यभामा हिला घेऊन इंद्राला भेटायला गेला होता. त्यांना पाहून इंद्राला फार आनंद झाला. देवाधिराज इंद्राने त्या खास अतिथींचा अत्यंत सन्मानपूर्वक आदरसत्कार केला. इंद्राची पत्नी शचीने सत्यभामेला पारिजातकाचं झाड दाखवलं. त्यावर फुललेल्या फुलांचं सौंदर्य आणि सुवास पाहून सत्यभामा मंत्रमुग्ध होऊन गेली.

त्यानंतर संधी मिळताच सत्यभामा श्रीकृष्णाच्या कानात कुजबुजली, ''पतिदेव, आपण या पारिजातकाची एक फांदी नेऊन आपल्या अंगणात लावली तर? तुम्हाला काय वाटतं?''

''हे पाहा, आपण इथे पाहुणे म्हणून आलो आहोत. आपण आपल्या यजमानांकडे अशी काहीतरी मागणी करणं मुळीच योग्य नाही.'' असं म्हणून कृष्णानं तिला गप्प बसवलं.

ते घरी परत आल्यावरही सत्यभामेच्या मनात सतत ते पारिजातकाचं झाड आणि सुंदर फुललेली फुलं यांचाच विचार घोळत होता. तिला दुसरं काहीही सुचत नव्हतं.

काही दिवसांनंतर इंद्राने कृष्णाला मुद्दाम पारिजातकाची फुलं भेट म्हणून

पाठवली. इंद्राचा दूत ती भेट घेऊन आला, तेव्हा नेमका कृष्ण रुक्मिणीच्या अंतःपुरात होता त्यामुळे त्याने ती फुलं रुक्मिणीला दिली.

कळीचे नारद नेमके तेव्हा तिकडून चालले होते. त्यांनी ती गोष्ट पाहताच घाईघाईने सत्यभामेच्या निवासाची वाट धरली. ते सत्यभामेकडे गेल्यावर तिला म्हणाले, ''सत्यभामे, मला एक गोष्ट सांग पाहू. या श्रीकृष्णाचं त्याच्या सर्वच्या सर्व आठ पत्नींवर सारखंच प्रेम आहे का गं?''

नारदांचा कळ लावण्याचा स्वभाव सत्यभामेला पुरता ठाऊक होता. त्यामुळे ती ठसक्यात म्हणाली, ''मुळीच नाही. त्यांचं माझ्यावर सर्वांत जास्त प्रेम आहे.''

त्यावर नारदमुनी मुद्दामच हसून तिला चिडवण्यासाठी म्हणाले, ''तू फार निरागस आहेस गं सत्यभामे. त्याचं जर खरंच तुझ्यावर जास्त प्रेम आहे, तर मग इंद्राकडून भेट मिळालेली पारिजातकाची फुलं त्याने रुक्मिणीला का बरं दिली? इंद्राने त्याला भेट म्हणून नुकतीच ती फुलं पाठवली होती.''

ते ऐकून सत्यभामा संतापाने धुसफुसू लागली. ती बडबडू लागली, ''खरं म्हणजे मला पारिजातकाची फुलं किती आवडतात हे स्वामींना माहीत आहे. आणि तरीही त्यांनी ती फुलं रुक्मिणीला दिली. म्हणजे त्यांचं तिच्यावरच जास्त प्रेम आहे. पण असं कसं करू शकतात ते? तिच्यावर माझ्याहून जास्त प्रेम कसं काय करू शकतात?''

नारदांचा निरोप घेऊन ती क्रोधागारात जाऊन बसली. पूर्वीच्या काळी राण्यांना संताप अनावर झाला की त्या त्यांच्यासाठी खास बनवण्यात आलेल्या क्रोधागारात जाऊन बसत असत. तिथे त्या आपले अलंकार काढून ठेवत, केस मोकळे सोडत आणि साध्या जमिनीवर झोपत. कैकेयीने रामायणात अशाप्रकारे क्रोधागारात जाऊन बसल्याचा उल्लेख आढळतो. सत्यभामेनेही तेच केलं.

नेमकं काय घडलं आहे, सत्यभामा कशामुळे संतापली आहे हे श्रीकृष्णाला पुरेपूर ठाऊक होतं. पण त्याने आपल्याला तिच्या रागाचं कारण कळलेलं नसल्याची बतावणी केली. त्याने तिच्या क्रोधागाराचं दार वाजवलं. पण तिने काही प्रतिसाद दिला नाही. मग तो म्हणाला, ''भामा, अगं दार उघड ना!''

सत्यभामा अजूनही रागातच होती. ती मुद्दामच चिडून म्हणाली, ''कोण आहे? एवढ्या मध्यरात्री मी परपुरुषाला दरवाजा उघडून आत घेणार नाही.''

''मी तर विश्वाचं आणि सर्व वेदांचं रक्षण करणारा मत्स्य आहे,'' कृष्ण मुद्दामच स्वतः भगवान श्रीविष्णूंचा मत्स्यावतार असल्याचं सांगत म्हणाला.

''अच्छा? पण अरे मत्स्या, तू इतकी वर्षं समुद्रात राहिलास ना? मग तुझ्या अंगाला समुद्राच्या पाण्याची दुर्गंधी येत असेल. त्यामुळे मी काही तुला दार उघडणार नाही.''

"समुद्रमंथनाच्या वेळी पृथ्वीला माझ्या डोक्यावर मीच तर तोलून उभा होतो. आतातरी दार उघड," आता त्याने स्वत: श्रीविष्णूंचा कूर्मावतार असल्याचं तिला सांगितलं.

"आमच्या इथे राजवाड्यात कसलीही वजनं उचलण्याची कामं करायची नाहीयेत रे बाबा, तू जा इथून." आतून चिडका आवाज आला.

"अगं भामे, दरवाजा उघड. मीच हिरण्याक्षाला मारून सर्व जगाला वाचवणारा वराह आहे," श्रीकृष्ण म्हणाला. आपण श्रीविष्णूंचा वराहअवतार असल्याचं त्याने सांगितले.

सत्यभामाही काही कमी नव्हती. ती म्हणाली, "वराह महाभयंकर असतात. हिंसक असतात. मी तर एक नाजूक स्त्री आहे. मी तुझ्यासारख्या हिंस्र श्वापदाला दरवाजा कसा उघडू?"

"अगं, भक्त प्रल्हादाच्या संकटात त्याच्या हाकेला धावून गेलेला नरसिंह आहे मी. आतातरी दार उघड."

"मला सिंहाची, त्याच्या डरकाळ्यांची मुळीच भीती वाटत नाही. तरीही हे नरसिंहा, मी काही दार उघडणार नाही."

कृष्ण एकीकडे हसत होता. त्याला या संभाषणाची गंमत वाटत होती. "अगं बळीराजाचा पाडाव करण्यासाठी वामनाचा अवतार घेऊनही मीच आलो होतो. हट्ट सोड बघू, उघड ना दार."

"खरं सांगायचं तर तुम्ही तुमच्या चातुर्याचा वापर करून बळीराजाची फसवणूक केलीत आणि नंतर तुम्ही त्याचे रक्षक बनलात. तुमच्यावर विश्वास कसा ठेवायचा? अशा व्यक्तीला मी नाही दार उघडणार."

अखेर श्रीकृष्ण म्हणाला, "अगं भामे, मी तुझा प्रिय पती आहे. कृष्ण. आतातरी मला दार उघड ना गं."

अखेर भामेने दार उघडलं. तिचा राग गेला होता. पण अजूनही तिला मनातून रुक्मिणीचा मत्सर वाटत होता. कृष्णाने पारिजातकाची फुलं तिला का बरं दिली? मग ती कृष्णाला म्हणाली, "तुमचं जर माझ्यावर खरंखुरं प्रेम असेल, तर तुम्ही माझ्या अंगणात पारिजातकाचं झाड लावा. मग त्यासाठी तुम्हाला जे काही करावं लागेल ते करा. ते झाड मला माझ्या अंगणात लावलेलं दिसेपर्यंत मी अन्नपाणी काहीही घेणार नाही."

नारदही काही कमी नव्हते. त्यांनी इंद्राकडे जाऊन कलागत लावली. ते म्हणाले, "श्रीकृष्णाची पत्नी सत्यभामा पारिजातक अंगणात हवा असा हट्ट धरून बसली आहे. ती मुळीच ऐकायला तयार नाही. आता लवकरच श्रीकृष्ण तुझ्याकडे येऊन तुझ्या पारिजातकाची मागणी करेल."

ते ऐकताच इंद्राला राग आला. "हे स्वर्गातील झाड आहे. ते पृथ्वीवर आलं पाहिजे असा हट्ट सत्यभामा कसा काय धरू शकते? आता कृष्ण जर माझ्याकडे ते झाड मागायला आला, तर मला नाइलाजाने ते त्याला द्यावंच लागेल. पण मी त्याला एकच फांदी देईन. त्यातही अशी अट घालेन, की ती फांदी पृथ्वीवर लावल्यावर त्यातून जे झाड येईल त्याला एकसुद्धा फळ येणार नाही."

इंद्राला जे अपेक्षित होतं, तेच घडलं. कृष्ण आपला जिवलग मित्र असलेल्या इंद्राकडे भेटायला आला. तो म्हणाला, "भामा त्या पारिजातकाच्या झाडाचा हट्ट धरून बसली आहे. मी तुझ्याकडे हे असं काही मागणं योग्य नाही, हे मलाही माहीत आहेच रे. पण काय करू? ती ऐकतच नाहीये. तू एखादी डहाळी देशील का?"

यावर इंद्र म्हणाला, "मी तुला एक फांदी देईन. ती पृथ्वीवर लावल्यावर त्याचं झाड वाढेल, पण त्याला कधीही फळं येणार नाहीत."

कृष्णाने ते मान्य केलं. मग इंद्राने दिलेली फांदी घेऊन तो परत आला. पारिजातकाची फांदी मिळताच सत्यभामा आनंदून गेली. तिने आपल्या अंगणातील बागेच्या एका कोपऱ्यात ते झाड लावलं. झाडापाशी भिंत होती. भिंतीपलीकडे रुक्मिणीचं अंगण होतं. सत्यभामा स्वतःशीच म्हणाली, "स्वामींनी रुक्मिणीला फक्त एकदाच ती फुलं दिली. आता तर काही दिवसांत ही फुलं मला दररोज मिळतील. खरंच, नाथांचं माझ्यावरच जास्त प्रेम आहे."

झाड वाढू लागलं. सत्यभामा त्याची खूप चांगली निगा राखे. त्याला वेळच्या वेळी खतपाणी देई. काही दिवसांतच झाड खूप उंच वाढलं. ते बहरलं. त्याला रोज खूप फुलं येऊ लागली. पण सत्यभामेच्या एक गोष्ट लक्षात आली. ते झाड उंच वाढून रुक्मिणीच्या अंगणाच्या दिशेने कललं होतं. रोज सकाळी पारिजातकाच्या फुलांचा सडा रुक्मिणीच्या अंगणात पडे आणि सत्यभामेच्या अंगणी मात्र एकही फूल टपकत नसे. रोज झाडाला पाणी घालायचं काम सत्यभामा करायची पण सगळीच्या सगळी फुलं मिळायची रुक्मिणीला! त्यामुळे सत्यभामा संतापली.

पुन्हा एकदा नारद तिच्या भेटीला आल्यावर ती त्यांना म्हणाली, "मुनिवर, माझं श्रीकृष्णांवर सर्वांत अधिक प्रेम आहे. हे तर तुम्ही जाणताच. मला पारिजातकाचं झाड हवं होतं म्हणून त्यांनी ते मला आणून दिलं. पण सगळीच्या सगळी फुलं मात्र रुक्मिणीच्याच अंगणी पडतात. असं का बरं?"

नारदमुनींनी स्मितहास्य केलं, "तुझं कृष्णावर प्रेम आहे. पण रुक्मिणीची भक्ती आहे. तिचं प्रेम शुद्ध आहे कारण ते निरपेक्ष आहे. त्या गुणामुळे कृष्णाला तिची ओढ वाटते. कृष्णाला सर्व जण रुक्मिणीवल्लभ म्हणून ओळखतात ते त्याचमुळे."

अखेर सत्यभामेला तिची स्वत:ची चूक कळली.

त्यानंतर बरेच महिने लोटले. नारद परत एकदा सत्यभामेला भेटायला आले. ते बरेच थकलेले दिसत होते.

सत्यभामा त्यांना म्हणाली, ''नेमकं काय झालंय? तुम्ही आज असे थकलेले का बरं दिसताय?''

त्यावर ते म्हणाले, ''अगं सत्यभामे, मी नुकताच रुक्मिणीच्या निवासस्थानी गेलो होतो. तुला तर माहितीच आहे की ती एक राजकन्या असून आता ती श्रीकृष्णाची पट्टराणी आहे. तिने आपल्या पतीच्या कल्याणासाठी दानधर्म करायचं ठरवलं आणि सोन्यानाण्यानं भरलेली एक थैली माझ्याकडे दिली. ती थैली इतकी जड आहे, की ते ओझं उचलून मी अगदी थकून गेलो आहे गं.'' आपल्या बोलण्याने सत्यभामेचा पारा क्षणात चढेल हे त्यांना व्यवस्थित ठाऊक होतं.

तसंच झालं. सत्यभामा संतप्त झाली. ती म्हणाली, ''मुनिवर, मी जरी राजकन्या नसले, तरी माझे पिताजी अतिशय धनवान आहेत. माझ्या पतीच्या कल्याणासाठी दानधर्म तर मीही करू शकते.''

''खरं आहे भामे,'' नारदमुनी म्हणाले. ''तुझ्या वडिलांकडे स्यमंतकमणी होता. ते खरंच खूप धनवान आहेत.''

''हा प्रश्न नुसत्या पैशांचा नाहीच आहे,'' नारदमुनी तिला म्हणाले, ''मला जे काही हवं आहे ते तू मला देऊ शकशील का? कदाचित त्यामुळे तू रुक्मिणीहून अधिक श्रेष्ठ ठरशील, तुला अधिक मानसन्मान आणि कीर्ती प्राप्त होईल.''

''मुनिवर, तुम्हाला जे काही हवं असेल ना, ते मला सांगा. मी ते तुम्हाला देईन,'' सत्यभामा म्हणाली, ''बोला ना, संकोच करू नका,'' ती अधीरतेने पुढे म्हणाली.

''ठीक आहे. मग तू दान म्हणून मला तुझा पतीच दे,'' नारद म्हणाले, ''कारण हे दान तर रुक्मिणी मला कधीच देणार नाही.''

''अर्थातच देईन. एकदा वचन दिलं की दिलं,'' सत्यभामा त्यावर फारसा विचार न करता म्हणाली.

नारदमुनींनी तत्काळ कृष्णाकडे जाऊन सत्यभामेने दिलेल्या वचनाविषयी सांगितलं.

कृष्ण त्यावर म्हणाला, ''मला स्वत:चं काहीही अस्तित्व नाही. माझी पत्नी जे काही म्हणेल तसं होईल.''

सत्यभामेकडे नारदमुनींनी पाणी मागितलं आणि सत्यभामेला दानाची प्रक्रिया पूर्ण करायला सांगितली. सत्यभामेने क्षणाचाही विचार न करता तुलसीपत्र घेतलं आणि हातावर पाणी सोडून दान केलं आणि कृष्णाला नारदांकडे सोपवलं.

मग नारद कृष्णाला म्हणाले, ''आता तुझे वस्त्रालंकार सगळे काढून ठेव, सुती वस्त्रं परिधान कर आणि चल माझ्याबरोबर. मी तिथे जाईन तिथे माझ्यामागोमाग तुला यावं लागेल.''

त्यांचे शब्द ऐकताच सत्यभामा एकदम भानावर आली. ती म्हणाली, ''हे अशा पद्धतीने तुम्ही नाथांशी बोलू नका. ते काही तुमचे दास नाहीत. ते कशाला येतील तुमच्या मागोमाग? तुम्हाला तर स्वतःला राहायला घरसुद्धा नाही. मग त्यांची काळजी कोण घेईल?''

''तुला हे असले प्रश्न विचारण्याचा काहीच अधिकार उरलेला नाही,'' नारद ठामपणे म्हणाले, ''तू मला दान म्हणून कृष्णाला दिलंस ना? मग आता तो माझ्या मालकीचा झाला. आता त्याचा मालक मी आहे. मला हवं तिथं मी त्याला घेऊन जाऊ शकतो. मी त्याला तुझ्याकडे परत पाठवेनच असं काही नाही. मला त्याच्याकडून काय काय कामं करून घ्यायची आहेत, त्यावर ते अवलंबून आहे.''

त्या क्षणी सत्यभामेला तिची चूक समजली. स्वतःचा अहंकार जपण्यासाठी तिने घरदार नसलेल्या नारदमुनींच्या ओटीत आपल्या पतीचं दान टाकलं होतं.

ही वार्ता कृष्णाच्या इतर पत्नींच्या कानावर गेली. त्या सर्व जणी धावत सत्यभामेकडे आल्या. त्यातल्या काही घाबरल्या होत्या, काही रडत होत्या तर काही क्षुब्ध झाल्या होत्या. त्या सर्व जणी तिला रागाने म्हणाल्या, ''तू आमच्या पतीला दान म्हणून कसं काय दिलंस? अगं ते एक जिवंत व्यक्ती आहेत. ते काय वस्तू आहेत का? शिवाय ते काही तुझ्या एकटीच्या मालकीचे नाहीत. त्यांच्यावर त्यांच्या आईवडिलांचा, इतर राण्यांचा आणि त्यांच्या भक्तांचा हक्क आहे. श्रीकृष्ण तर सर्वांचे आहेत. तू हे काय केलंस?''

सत्यभामा खूप घाबरली. ती नारदमुनींपुढे गयावया करत म्हणाली, ''मुनिवर, मला क्षमा करा. मी ही भलतीच मोठी चूक करून बसले आहे. श्रीकृष्णांवर माझा एकटीचा हक्क नाही. कृपा करून आमचा पती आम्हाला परत करा.''

''मला श्रीकृष्णाच्या इतर पत्नींचं दुःख कळतंय,'' नारद म्हणाले, ''मी त्या गोष्टीचा विचार करूनच श्रीकृष्णाला परत देण्याचं ठरवलं आहे. पण त्याचं काय आहे, एकदा दिलेलं दान परत घ्यायचं नसतं. त्यामुळे त्याऐवजी मला दुसरं काहीतरी मिळालंच पाहिजे. तर सत्यभामे, तू मला कृष्णाच्या वजनाएवढं सोनं देऊ शकशील का? मग मी त्याला जाऊ देईन,'' असं म्हणत नारदांनी कृष्णाकडे पाहिलं.

श्रीकृष्णाने गूढ असं स्मित केलं. सत्यभामेने तर सुटकेचा निःश्वास सोडला. ती आता आत्मविश्वासाने म्हणाली, ''अर्थात देऊ शकेन. मी सत्राजिताची कन्या आहे. त्यामुळे तुम्हाला पाहिजे तेवढं सोनं देणं ही माझ्यासाठी काही फार मोठी गोष्ट

नाही.''

त्यानंतर सत्यभामेने एक प्रचंड मोठा तराजू मागवला आणि त्याच्या एका पारड्यात तिने श्रीकृष्णाला बसवलं. तिने दुसऱ्या पारड्यात सोनं शीग लावून भरलं. तरीही श्रीकृष्णाचं पारडं जडच होतं. सर्व सुवर्णमुद्रा, सुवर्णालंकार संपल्यावर तिने आपल्या माहेराहून मिळालेली सोन्याची पातेली, भांडी इत्यादी त्यात रचली. अखेर स्वतःच्या अंगावरचाही एक एक अलंकार तिने त्या पारड्यात टाकला. तरीही श्रीकृष्णाचंच पारडं जड होतं. अखेर एक वेळ अशी आली की पारड्यात टाकण्यासाठी सत्यभामेकडे काहीच उरलं नाही.

हे असं काहीतरी विचित्र घडलेलं पाहून सर्व जण अचंबित झाले.

नारदमुनी म्हणाले, ''सत्यभामे, तू माझी अट काही पूर्ण केली नाहीस. आता कृष्णाला मी घेऊन जातो. गोपाला, उठ आणि चल माझ्या मागोमाग.''

कृष्णाने नारदमुनींकडे पाहून स्मितहास्य केलं. मग नारदमुनी सत्यभामेकडे वळून म्हणाले, ''चल मी तुला आणखी एक संधी देतो. तू असं कर, रुक्मिणीला बोलावून आण आणि तिची मदत घे.''

आधी तर सत्यभामेला ही कल्पना मुळीच पटली नाही. 'या कठीण परिस्थितीतून रुक्मिणी मला कशी काय बाहेर काढू शकेल?' ती मनात म्हणाली. 'तिच्याकडे तर काहीच धनसंपत्ती नाही. ती आणखी सोनं कुठून आणेल? पण आता माझ्यापुढे दुसरा काही पर्याय दिसत नाहीये. काहीही करून मला माझा पती परत हवा आहे.' मग रुक्मिणीला बोलावून घेऊन ती म्हणाली, ''ताई, मला मदत करशील का?''

त्यावर रुक्मिणी जवळच्या बागेत गेली आणि एक तुलसीपत्र घेऊन आली. ती म्हणाली, ''माझी भगवान श्रीकृष्णांवरील भक्ती खरी असेल, तर आता दोन्ही पारडी बरोबरीची होतील.''

एवढं बोलून तिने सोनं असलेल्या पारड्यावर हळुवारपणे ते तुलसीपत्र ठेवलं आणि तत्क्षणीच दोन्ही पारड्यांचा समतोल घडून आला.

''कृष्णा, खाली उतर आता,'' नारदमुनी म्हणाले. त्यानंतर ते सत्यभामेला म्हणाले, ''मालकी हक्कापेक्षा भक्ती कित्येक पटींनी श्रेष्ठ असते. रुक्मिणीचं श्रीकृष्णावर निरपेक्ष प्रेम आहे. म्हणूनच ती पारडी समसमान झाली.''

सत्यभामा लज्जित होऊन मान खाली घालून उभी राहिली. हा धडा ती आता जन्मात कधी विसरणार नव्हती.

देवतेविना मंदिर

खूप खूप वर्षांपूर्वी एका आदिवासी टोळीचा प्रमुख राहत होता. त्याचं नाव विश्ववसू. हा इच्छापूर्ती करणाऱ्या महाशक्तिशाली नीलमाधव या देवतेच्या मूर्तीची पूजा करत असे. विश्ववसूची टोळी निळसर करड्या रंगाच्या नीलाद्री ऊर्फ नीलांचल या पर्वतरांगांच्या जवळच्या परिसरात वास्तव्य करून होती. आजही या पर्वतरांगा ओडिशा प्रांतात आहेत.

त्या काळी ओडिशा राज्याला कलिंग देश असं नाव होतं. या प्रचंड मोठ्या भूप्रदेशावर राजा इंद्रद्युम्नाचं साम्राज्य होतं. विश्ववसू ज्या मूर्तीची रोज पूजा करत असे, त्या मूर्तीमध्ये साक्षात भगवंताचा वास आहे, ही गोष्ट जेव्हा इंद्रद्युम्नाच्या कानी आली तेव्हा ती मूर्ती तिथून आणून आपल्या राजधानीत तिची स्थापना करण्याचा त्याने घाट घातला. त्याने विश्ववसूला तसा निरोप पाठवला.

परंतु आदिवासींचा प्रमुख विश्ववसूने त्या गोष्टीला साफ नकार दिला. ''हा आमचा देव आहे. आम्ही या मूर्तीला कुठेही पाठवणार नाही,'' तो म्हणाला.

पण आता इंद्रद्युम्न ती मूर्ती प्राप्त करण्यासाठी हट्टालाच पेटला होता. त्यामुळे त्याने ती मूर्ती आणण्याची कामगिरी आपल्या लहान भावावर सोपवली. हा लहान भाऊ म्हणजेच विद्यापती अत्यंत धूर्त आणि चलाख होता.

एका साधूचा वेश घेऊन विद्यापती त्या आदिवासी टोळीकडे गेला. तिथे त्याला असं कळलं की ती मूर्ती घनदाट अरण्यातील एका गुहेत अत्यंत सुरक्षित ठेवण्यात आली आहे. राजा इंद्रद्युम्नाला ती मूर्ती आपल्या राज्यात आणण्याची किती आस लागून राहिली आहे याची त्याला पुरेपूर कल्पना असल्यामुळे त्याने अतिशय गुप्तता बाळगून त्या गुहेत जाऊन त्या मूर्तीचं दर्शन घेण्यासाठी जाण्याचं ठरवलं. ती मूर्ती

नेमकी कुठे ठेवलेली आहे याचा त्याने कसून शोध घेतला. पण त्याच्या प्रयत्नांना यश आलं नाही. टोळीप्रमुख विश्ववसूसुद्धा अतिशय चलाख होता. त्यामुळे त्याच्या अत्यंत विश्वासातल्या काही मोजक्या लोकांनाच त्या मूर्तीचा ठावठिकाणा माहीत होता.

विद्यापती मनात म्हणाला, ''मला काहीतरी करून विश्ववसूच्या आतल्या गोटातल्या एखाद्या माणसाची ओळख करून घेतली पाहिजे.'' मग त्याने एक योजना आखली.

या विश्ववसूला ललिता नावाची एक सुंदर मुलगी होती. नीलमाधव देवाच्या पर्यंत पोचायचं असेल, तर या ललितेचा वापर करून घ्यावाच लागेल, असं त्याच्या लक्षात आलं. मग विद्यापतीने तिला आपल्या बुद्धिचातुर्याने वश करून घेतलं. बघताबघता ललिता त्याच्या प्रेमात पडली. तिने त्याच्याशी विवाह करण्याचा हट्ट धरला. विश्ववसूचं आपल्या मुलीवर जिवापाड प्रेम असल्यामुळे अखेर त्याने या विवाहाला संमती दिली. काही दिवसांतच ते विवाहबद्ध झाले.

पण अजूनही विद्यापतीला काही त्या मूर्तीचं दर्शन घेण्याची संधी मिळालेली नव्हती. असेच काही दिवस गेले. पण विद्यापती विश्ववसूच्या हालचालींवर बारीक नजर ठेवून होता. त्याला एक गोष्ट कळून चुकली. त्याचे सासरे दर पंधरा दिवसांनी एकदा गायब होत असत आणि मग दुसऱ्या दिवशी ते परत येत. एक दिवस संधी साधून विद्यापती आपल्या पत्नीला - ललितेला - म्हणाला, ''अगं, मी तुझा पती आहे ना? मग तुमच्या कुलदेवतेचं दर्शन घ्यायची माझी खूप इच्छा आहे. तेव्हा तू मला दर्शनाला घेऊन जाशील का?''

ललिता निरागस होती. तिचा आपल्या पतीवर गाढ विश्वास होता. तिने ही गोष्ट आपल्या वडिलांना सांगितली. आधी तर त्यांनी साफ नकार दिला. पण ललितेने हट्टच धरला. अखेर विश्ववसू म्हणाला, ''ठीक आहे. मी तुझ्या पतीच्या डोळ्यावर पट्टी बांधून त्याला नीलमाधवाच्या दर्शनाला घेऊन जाईन. तिथे गेल्यावर मी त्याच्या डोळ्यांवरची पट्टी काढेन. पुन्हा त्याच्या डोळ्यांवर पट्टी बांधूनच त्याला इथपर्यंत आणण्यात येईल.''

ते ऐकून विद्यापतीचा आनंद गगनात मावेना. याच संधीची तो वाट बघत होता. पुढच्या खेपेला विश्ववसूने विद्यापतीच्या डोळ्यांवर पट्टी बांधून त्याला गुहेत नेलं. विद्यापतीने आपल्या सोबत एक थैली घेतली होती. त्या थैलीमध्ये मोहरी भरलेली होती. थैलीला एक लहानसं छिद्र होतं. ते जसे गुहेकडे जायला निघाले तशी वाटेत त्या भोकातून ती मोहरी सांडत जाऊन त्याची रांग तयार झाली होती. विद्यापतीने मूर्तीसमोर डोळे मिटून आराधना केली आणि त्यानंतर विश्ववसूबरोबर तो घरी परत आला. त्यानंतर तो पावसाळा सुरू होण्याची वाट पाहू लागला. काही दिवसांत

जोराचा पाऊस झाला. मोहरीच्या बियांना अंकुर फुटले. रोपं वाढू लागली. काही दिवसांत पिवळीशार फुलं वाऱ्यावर डुलू लागली. मग एक दिवस योग्य वेळ पाहून विद्यापती त्या मोहरीच्या रोपांच्या वाटेने रस्ता शोधत त्या गुहेपाशी जाऊन पोचला. तिथून नीलमाधव देवाची मूर्ती पळवून तो जो निघाला तो थेट पुरी शहरात येऊन थांबला.

आपला भाऊ पुरीमध्ये आल्याचं कळताच इंद्रद्युम्न राजा ताबडतोब त्याला जाऊन भेटला. आता आपल्याला नीलमाधवाचं दर्शन घ्यायला मिळणार या कल्पनेने तो हरखून गेला होता. पण काहीतरी विपरीतच घडलं. ती मूर्ती अचानक गायब झाली होती. ती कुठेच दिसत नव्हती.

राजा अत्यंत निराश झाला. ''आता त्या देवाचं दर्शन घेतल्याशिवाय मी शांत होणार नाही,'' तो म्हणाला, ''मी आता प्राणांतिक उपोषणाला बसत आहे.''

अचानक आकाशवाणी झाली, ''ती मूर्ती वाळूत गाडली गेली आहे. पण तुला उद्या तिचं दर्शन घडेल.''

दुसऱ्या दिवशी भल्या पहाटे उठून राजा समुद्रकिनारी गेला. पण तिथे त्याला केवळ एक लाकडाचा ओंडका दिसला. पुन्हा एकदा आकाशवाणी झाली, ''राजा तू स्वर्गातील स्थापत्यपती विश्वकर्म्याची प्रार्थना कर. तोच तुला मदत करेल.''

त्यानंतर इंद्रद्युम्न राजाने अगदी मनापासून विश्वकर्म्याची प्रार्थना केली. त्याची प्रार्थना चालू असताना अचानक एक गूढ चमत्कारिक गोष्ट घडली आणि कसा कुठून कोण जाणे पण एक म्हातारा तिथे आला. त्याच्याकडे पाहताच राजा इंद्रद्युम्नाला खूप शांतचित्त वाटू लागलं. मग तो म्हातारा इंद्रद्युम्नाला म्हणाला, ''मी या लाकडाच्या ओंडक्यापासून तीन मूर्ती बनवतो. एक म्हणजे जगन्नाथ (विष्णूचं रूप), दुसरा बलभद्र (कृष्णाचा भाऊ बलराम) आणि सुभद्रा (कृष्णाची बहीण).''

परंतु तसं करण्याआधी त्या म्हाताऱ्याने राजाला एक अट घातली, ''हे राजा, मी तुला मदत करेन. पण मी जेव्हा काम करेन तेव्हा माझ्या कक्षाचं दार मी सतत बंद ठेवेन. माझं काम पूर्ण झाल्याशिवाय तिथे कुणीही येऊन माझ्या कामात व्यत्यय आणलेला मला चालणार नही. माझं काम पूर्ण झालं, की मी स्वत:च दरवाजा उघडेन.''

त्याचं बोलणं ऐकून इंद्रद्युम्न राजा आनंदित झाला. त्याने म्हाताऱ्याची अट मान्य केली.

म्हाताऱ्याने आपलं काम सुरू केलं. त्यानंतर काही महिने लोटले. पण तो काम करत असलेल्या कक्षाचं दार उघडून म्हातारा एकदाही बाहेर आला नाही किंवा त्याने अन्नपाण्याची मागणीसुद्धा केली नाही. एवढंच नाही, तर आतून कसलाही आवाजसुद्धा येत नव्हता. शेवटी इंद्रद्युम्न आणि त्याची पत्नी दोघेही चिंतेत पडले.

“तो म्हातारा आत मृत्युमुखी तर पडला नसेल ना?” राणीने शंका उपस्थित केली.

“मला वाटतं, आपण दार उघडून पाहू या,” ती म्हणाली.

आधी राजा काही त्या गोष्टीला तयार होईना. पण राणीने त्याचं मन वळवलं. मग राजाच्या सैनिकांनी दरवाजा तोडला. सर्व जण आत शिरले. तिथे त्यांना अपूर्ण अवस्थेतील तीन मूर्ती दिसल्या. सैनिकांबरोबर राजाही आत शिरला. त्यानं पाहिलं, तर तो म्हातारा माणूस कुठेच दिसत नव्हता, पण प्रत्यक्ष विश्वकर्माच तिथे होता. राजाला एक गोष्ट कळून चुकली. साक्षात स्वर्गाचा स्थापत्यपतीच तिथे मूर्ती घडवण्याचं काम करत होता.

“तुझ्या मूर्खपणामुळे माझ्या कामात व्यत्यय आला. माझं काम अर्धं राहिलं,” विश्वकर्मा चिडून म्हणाला, “आता या मूर्ती अशाच अपूर्ण राहणार. त्यांना हातच नसतील. परंतु श्री भगवान जगन्नाथ हे कनवाळू देव आहेत. त्यामुळे ते तुझ्या राज्यावर सतत कृपाछत्र ठेवतील.”

त्यानंतर विश्वकर्मा अंतर्धान पावला. त्या अर्धवट बनलेल्या मूर्ती त्या कक्षाच्या अंतर्भागात तशाच राहिल्या.

आज आपण ओडिशामधील मंदिरात गेलो, तर या मूर्ती हातांशिवाय उभ्या असलेल्या आपल्याला दिसतात.

त्या मूर्ती जरी अपूर्णावस्थेत असल्या, तरीही भगवंताने आपल्या राज्यावर सतत कृपाछत्र ठेवायचं ठरवलं आहे या गोष्टीचा इंद्रद्युम्नाला खूपच आनंद झाला. त्याने एक नियम केला. “इथून पुढे कलिंग देशावर कुणाचंही राज्य आलं, तरी त्याने एक गोष्ट लक्षात ठेवली पाहिजे. राज्याचा धनी मात्र नेहमी भगवान जगन्नाथच राहील. आपण सर्व जण त्याचे सेवक आहोत आणि जगन्नाथाबद्दलची आपली ही निष्ठा व्यक्त करण्यासाठी दर वर्षी रथोत्सवाच्या आधी शासनकर्त्या राजाने स्वतःच्या हातांनी जगन्नाथाचा रथ साफ करायचा आहे. त्यानंतरच रथयात्रेचा उत्सव साजरा होईल.”

राजा इंद्रद्युम्नच्या नंतरच्या अनेक पिढ्यांनी ही परंपरा पाळली. राजा इंद्रद्युम्नाच्या वंशजांपैकी एक म्हणजे शूर राजपुत्र पुरुषोत्तम देव. तो शक्तिशाली तर होताच पण एक न्यायी शासनकर्तासुद्धा होता. तो आणि राजघराण्यातील सर्व जण भगवान जगन्नाथाला आपला मालक समजत असत. आपली विनम्रता तसंच आदर दाखवण्यासाठी राजा पुरुषोत्तम देव दर वर्षी सुवर्णाची मूठ असलेल्या झाडूने जगन्नाथाचा रथ स्वतः झाडून साफ करत असे. आपण परमेश्वराचे एक यःकश्चित सेवक आहोत ही गोष्ट प्रजेच्या मनावर बिंबवण्यासाठी तो हे करत असे.

काही दिवसांनंतर त्याने कांचीपुरमची राजकन्या पद्मावती हिच्या सौंदर्याविषयी ऐकलं. त्याने आपल्या दूतांना तिच्याकडे विवाहाचा प्रस्ताव घेऊन पाठवलं. परंतु राजकन्या पद्मावतीने भर दरबारात अपमानास्पद शब्द उच्चारून तो प्रस्ताव धुडकावून लावला. ती म्हणाली, ''हातात सोन्याचा झाडू घेऊन जमीन झाडणाऱ्या या चांडाळ राजाशी मी विवाह करू शकत नाही.''

ही वार्ता राजाच्या कानावर पडताच त्या उद्दाम राजकन्येला चांगला धडा शिकवायचं त्याने ठरवलं. त्याने आपल्या अमात्याला सांगितलं, ''लवकरात लवकर या राजकन्येचा विवाह एका खरोखरीच्या चांडाळाशी झाला पाहिजे अशी तुम्ही व्यवस्था करा.''

पण नशिबाने राजाचा अमात्य विद्वान आणि वयोवृद्ध माणूस होता. कधीतरी माणसं रागाच्या भरात होणाऱ्या परिणामांचा थोडासुद्धा विचार न करता काहीतरी बोलून जातात हे त्याला माहीत होतं. पद्मावतीने भर दरबारात राजाविषयी असे अनुदार उद्‌गार काढणं ही तिची चूकच होती. पण त्यासाठी तिला इतकी मोठी शिक्षा देणंसुद्धा योग्य नव्हतं. त्यामुळे अमात्याने तिला पळवून आणून आपल्या देखरेखीखाली राजाच्या नजरेआड लपवून ठेवलं. इतरांविषयी आपल्या मनात दयाबुद्धी असली पाहिजे, आपली वृत्ती निरहंकार असली पाहिजे, हे त्याने तिला शिकवलं. बराच काळ गेला. पद्मावतीने त्या वृद्ध अमात्याकडून बरंच काही ज्ञान संपादन केलं. आपलं वागणं किती उथळ, किती चुकीचं होतं, हेसुद्धा तिला समजलं.

त्यानंतर परत एकदा रथोत्सवाचा दिवस उजाडला. राजा पुरुषोत्तम देव पांढरीशुभ्र वस्त्रं परिधान करून, हातात सोन्याचा झाडू घेऊन बाहेर आला. त्याने अत्यंत वेगाने तो रथ स्वच्छ करण्यास सुरुवात केली. इतक्यात कुठूनतरी एक अत्यंत सुंदर तरुणी तिथे आली आणि त्याला काही समजायच्या आत तिने त्याच्या गळ्यात माला घातली.

राजा जागच्या जागी थबकला. तो म्हणाला, ''हे तरुणी, तू कोण? कुठली? अशाप्रकारे माझ्या गळ्यात माला घालण्याचं धाष्ट्र्य तू केलंस तरी कसं?''

त्यावर राजकन्या पद्मावती लाजून खाली बघत हलक्या आवाजात म्हणाली, ''मी आत्ता तुमच्या गळ्यात वरमाला घातली आहे. म्हणजे आता मी तुमची पत्नी आणि तुम्ही माझे पती आहात.''

ते ऐकून राजा संतप्त झाला.

तेवढ्यात अमात्य म्हणाला, ''ही राजकन्या पद्मावती आहे. ही कांचीपुरमची राजकन्या आहे.''

राजा इतकी वर्षं तिच्याबद्दलचं सर्व काही विसरूनसुद्धा गेला होता. पण आता

त्याला सर्व काही आठवलं. तो अमात्याला म्हणाला, ''पण मी तर तुम्हाला हिचा विवाह एका चांडाळाशी लावून द्यायला सांगितलं होतं ना? मग अजून ही अविवाहित कशी?''

अमात्य मात्र शांत होता. तो म्हणाला, ''महाराज, मी तुमच्या आज्ञेचं पालन केलं आहे. हे पाहा. तुमच्या हातात आत्ता झाडू असून तुम्ही देवाचा रथ झाडून स्वच्छ केलेला आहे. भगवंताचे सेवक म्हणजे तुम्ही पण भगवंताचे सफाई कामगार किंवा चांडाळच झालात ना. आणि आता तुमच्याशी तिचा विवाह झाला.''

प्रसंगाला ही अनपेक्षित कलाटणी मिळाल्यामुळे राजाला आश्चर्याचा धक्का बसला. परंतु आपल्या अमात्याने अगदी योग्य निर्णय घेतला आहे, हे त्यालासुद्धा पटलं. त्याने पद्मावतीला क्षमा करून तिचा पत्नी म्हणून स्वीकार केला.

त्यानंतर अमात्य म्हणाला, ''महाराज, एक सांगू का? माणसाने रागाच्या भरात किंवा घाईगडबडीने कधीच कोणताही निर्णय घेऊ नये. आपल्या एखाद्या निर्णयाचा लोकांच्या आयुष्यावर परिणाम होणार असेल, त्यांचं आयुष्यच त्यामुळे बदलून जाणार असेल, तर असा निर्णय अत्यंत काळजीपूर्वक घेतला पाहिजे. भगवान जगन्नाथ तुम्हा दोघांचं रक्षण करो आणि तुमचा संसार सुखाचा होऊ देत.''

आजसुद्धा पुरीच्या राजघराण्याचा मुख्य पुरुष रथयात्रेच्या आधी सोन्याच्या झाडूने रथाची स्वच्छता करतो. या यात्रेत एकूण तीन रथ असतात. एक कृष्णाचा, एक बलभद्राचा आणि एक सुभद्रेचा. लाकडाच्या मूर्ती या रथांमध्ये बसवण्यात येतात आणि ही यात्रा मुख्य मंदिरातून निघून रस्त्यावरून दुसऱ्या टोकाला असलेल्या त्यांच्या मावशीच्या घरी म्हणजेच गुंदेचा मंदिरात समाप्त होते. या मूर्ती गुंदेचा मंदिरात एक आठवडा ठेवण्यात येतात आणि त्यानंतर त्यांना मुख्य मंदिरात म्हणजे त्यांच्या घरी परत नेण्यात येतं. भारतातील हे एकमेव मंदिर असं आहे, जे वर्षातला एक पूर्ण आठवडा मूर्तींच्या शिवाय असतं.

हत्तीच्या पोटातील सैनिक

ही कथा प्राचीन महाकवी आणि थोर नाटककार भास यांच्या 'स्वप्नवासवदत्ता' या नाटकातली आहे. स्वप्नवासवदत्ता याचा अर्थ वासवदत्तेला पडलेलं स्वप्न.

वत्सदेशाचा राजा उदयन हा तरुण, देखणा, कनवाळू आणि भाविक वृत्तीचा होता. तो वीणावादनात निपुण असून त्याच्या वीणेचं नाव घोषवती असं होतं. त्याचं वीणावादन इतकं मधुर होतं की त्याने जर रानात वीणावादनाला सुरुवात केली, तर रानातील हत्ती ते सुमधुर संगीत ऐकण्यासाठी त्याच्याभोवती गोळा होत.

राजाने आपलं मातापित्यांचं छत्र लहान वयातच गमावलं होतं. म्हणून सल्लामसलतीसाठी तो आपले अमात्य यौगंधरायण यांच्यावरच विसंबून राहत असे. राजा उदयन वयाने इतका लहान आणि अननुभवी असल्यामुळे आजूबाजूच्या प्रदेशांचे राजे त्याच्या राज्यावर डोळा ठेवून होते. यौगंधरायण यांना या गोष्टीची पूर्ण कल्पना होती. त्यामुळे ते राजाला नेहमी म्हणत, ''महाराज, तुम्ही कलेचे भोक्ते आहात याची मला पूर्ण कल्पना आहे. पण तुम्ही एक राजा आहात. तुम्ही तुमचं संपूर्ण लक्ष तुमच्या प्रजेच्या कल्याणावर केंद्रित करायला हवं. तुम्ही आसपासच्या राजांशी वागताना मुत्सद्दीपणा दाखवला पाहिजे, त्यांच्याशी उत्तम संबंध प्रस्थापित केले पाहिजेत.''

परंतु उदयनराजाने त्यांचा हा सल्ला ऐकला नाही.

त्याच्या शेजारच्या अवंतीनगरीचा राजा प्रद्योत याला एक सुंदर मुलगी होती. तिचं नाव वासवदत्ता. ती सर्व कलाशाखांमध्ये निपुण होती. राजा प्रद्योत आपल्या

या सर्वगुणसंपन्न कन्येसाठी एका सुयोग्य वराच्या शोधात होता. पण तिला सर्वार्थाने अनुरूप असा पती काही सापडत नव्हता. लोक प्रद्योत राजाला येऊन वारंवार सांगायचे, "तुमच्या कन्येसाठी सुयोग्य वर म्हणजे केवळ राजा उदयन हाच आहे. परंतु त्याला विवाहच करायचा नाही आहे. तो सतत वीणावादनात गर्क असतो. त्याला इतर कुठल्याच गोष्टीत रस नाही.''

या गोष्टीवर जरा विचार केल्यावर प्रद्योत राजाने एक बेत आखला. त्याने त्याच्या राजधानीमधल्या सुतारांना बोलावून घेऊन त्यांच्याकडून खऱ्याखुऱ्या हत्तीसारखा दिसणारा पण आतून पोकळ असा लाकडी हत्ती बनवून घेतला. तो पूर्ण झाल्यावर त्याने आपल्या सैनिकांना त्या हत्तीच्या पोटात बसायला सांगितलं आणि त्यानंतर तो हत्ती त्याने त्याच्या स्वत:च्या आणि उदयनराजाच्या राज्याच्या मधोमध नेऊन ठेवला. त्यानंतर त्याने मुद्दामच एक अफवा दोन्ही राज्यांत पसरवली, "अवंती राज्याबाहेर असलेल्या अरण्यात एक महाकाय हत्ती शिरून धुमाकूळ घालत आहे आणि त्याने दोन्ही राज्यांच्या नागरिकांना त्रस्त करून सोडलं आहे.''

उदयनराजा नेहमीप्रमाणे रानात जाऊन वीणावादनासाठी बसण्याची तयारी करत असतानाच ही अफवा त्याच्या कानावर आली. अमात्य यौगंधरायण म्हणाले, "महाराज, यात नक्की काहीतरी गडबड आहे. आपल्या राज्यातील नागरिकांनी तरी असा कुठलाही हत्ती त्यांना त्रास देत असल्याचं आपल्या कानांवर घातलेलं नाही. ही बातमी जर खरी असेल, तर मग आपल्या जनतेमध्ये घबराट कशी काय पसरलेली नाही? आणि शेजारच्या राज्यातील प्रद्योत राजाने काही कशी कृती केली नाही बरं? हे नक्की कुणाचं तरी कारस्थान आहे, असंच दिसतंय. महाराज, आज तुम्ही रानात जाऊन तुमच्या नेहमीच्या जागी वीणावादनासाठी बसू नये, असं माझं तुम्हाला सांगणं आहे. पण तरीही तुमचा जाण्याचा हट्टच असेल, तर निदान आपल्या काही उत्तम लढवय्या सैनिकांना तरी तुम्ही सोबत घेऊन जावं, असं मला वाटतं.''

उदयनराजा तर रानात जायचा हट्ट सोडायला मुळीच तयार नव्हता. मोठ्या नाइलाजाने तो आपल्या काही सैनिकांना बरोबर घेऊन जायला तयार झाला. तेही अमात्यांनी खूप आग्रह केल्यानंतर.

रानात पोचल्यावर त्याने वीणावादनाला सुरुवात केली. त्याच्या घोषवती वीणेतून मधुर स्वर निघू लागताच रोजच्याप्रमाणे अनेक हत्ती तिथे येऊन थांबले. तेवढ्यात त्याला दूरवर एक अतिप्रचंड हत्ती दिसला. आश्चर्याची गोष्ट म्हणजे तो हत्ती त्याच्याकडे यायच्याऐवजी त्याच्यापासून दूर निघून चालला होता. उदयनराजा आपल्या सैनिकांना म्हणाला, "आजवर कोणत्याही हत्तीने माझ्या वीणावादनाकडे पाठ फिरवलेली नाही. अगदी महाभयंकर हत्तीसुद्धा माझ्याजवळ येऊन मला

कोणतीही इजा न करता माझं संगीत ऐकत थांबतात. पण मला असं वाटतंय, की तुम्ही सर्व सैनिक आज इथे माझ्याजवळ थांबला आहात ना, त्यामुळेच तो हत्ती इकडे येत नाही आहे. तेव्हा तुम्ही ताबडतोब इथून निघा. ही माझी आज्ञा आहे.''

त्यावर त्याचे सैनिक मोठ्या नाइलाजाने मागे हटले आणि दूरवरून आपल्या राजावर नजर ठेवू लागले. मग उदयनराजा आपली वीणा घेऊन अवंतीनगरीच्या बाहेर असलेल्या रानात शिरला. तो हत्ती त्याला दिसताच त्याने वीणावादनाला सुरुवात केली. पण आश्चर्याची गोष्ट अशी की तरीही तो हत्ती दूरदूर जाऊ लागला. नेमकं काय चुकतंय, हेच उदयनराजाला कळेना. त्याला आधी असं वाटलं, की त्या हत्तीने असं वागून घोषवती वीणेचा अपमानच केला आहे. त्यामुळे तो त्या हत्तीचा पाठलाग करत घनदाट अरण्यात जाऊन पोचला. तो हत्ती आणि त्याच्या पाठोपाठ उदयन असे अवंतीनगरीत शिरून खूप आत गेले. ते नगरीच्या मध्यभागी पोचताच अचानक हत्तीच्या पोटातून सैनिक बाहेर पडले. त्यांनी उदयनला घेरलं आणि पकडून राजा प्रद्योतच्या समोर हजर केलं. परंतु त्या सैनिकांनी त्याच्याशी अरेरावी न करता अदबीने त्याला दरबारात आणलं.

उदयनला पाहून राजा प्रद्योत फारच खूश झाला. पण आपण जर या उदयनाला आपल्या कन्येशी विवाह करायला सांगितला, तर तो तत्काळ नकार देईल हे तो जाणून होता. त्यामुळे त्याने युक्तीने आपला कार्यभाग साधायचं ठरवलं. त्याने उदयनाला आपल्या कैद्यासारखं न वागवता त्याचा अत्यंत प्रेमपूर्वक आदसत्कार केला. तो म्हणाला, ''मी तुम्हाला इथे या पद्धतीने घेऊन आलो त्याबद्दल मला क्षमा करा, उदयनराजे. पण मला एक मुलगी आहे. ती अत्यंत कुरूप असून तापट स्वभावाची आहे. तिला कुणीही काहीही शिकवण्याचा प्रयत्न केला, तरी ती शिकतच नाही. पण तुम्ही जर तिला वीणावादन शिकवण्यात यशस्वी झालात, तर मी तुमची नक्की सुटका करेन. तुम्ही एक थोर, महान अध्यापक आहात. तुमची वीणा तुमचं ऐकते. रानातली श्वापदं तुमचं ऐकतात. त्यामुळे माझी मुलगी तुमच्याकडून काहीतरी शिकेल अशी मला आशा वाटते. परंतु एक गोष्ट लक्षात ठेवा. माझी मुलगी जेव्हा शिकण्यासाठी तुमच्यासमोर बसेल, तेव्हा तुम्हा दोघांमध्ये एक पडदा असेल. तुम्हाला तिचा चेहरा पाहता येणार नाही. कारण जर तुम्ही तिला पाहिलंत, तर तिच्या कुरूप चेहऱ्याला घाबरून पळून जाल.''

त्यानंतर राजा प्रद्योताने राजकन्या वासवदत्ता हिला आपल्या महालात बोलावून घेतलं. तो तिला म्हणाला, ''मी एका उद्धट राजाला बंदी बनवलं आहे. तो वीणावादनात बऱ्यापैकी निपुण असला, तरी दिसायला फारच कुरूप आणि संतापी स्वभावाचा आहे. तो जोपर्यंत आपल्या इथे आहे, तोपर्यंत त्याचा थोडातरी फायदा करून घेतला पाहिजे. त्यामुळे तू त्याच्याकडून वीणा शिकून घ्यावीस असं मला

वाटतं. पण तू चुकूनसुद्धा त्याचा चेहरा बघायला जाऊ नकोस बरं का. नाहीतर तो भयाण चेहरा पाहून तू पळून जाशील. त्याच्याकडून जी विद्या मिळेल, त्याच्यावर तुझं पूर्ण लक्ष केंद्रित कर. त्याचा आदर कर. त्याच्या बाह्य रूपावर जाऊ नकोस. अखेर गुरू हा नेहमी वंदनीयच असतो.''

अशा रीतीने त्याने राजकन्या वासवदत्ता आणि राजा उदयन यांच्या एकमेकांबद्दलच्या अपेक्षा मुद्दामच अगदी कमी करून ठेवल्या. त्यानंतर उदयन आणि वासवदत्ता यांच्या संगीताची शिकवणी चालू झाली. एका कक्षात पडद्याच्या अलीकडे आणि पलीकडे असे ते बसू लागले.

वासवदत्ता अत्यंत कुशाग्र बुद्धीची विद्यार्थिनी असल्याचं उदयनाच्या लवकर लक्षात आलं. ती भराभर शिकत होती.

एक दिवस मात्र तिने शिकवणीच्या वेळी एक चुकीचा सूर छेडला. तिने इतकं बेसूर वाजवलेलं पाहून उदयन संतप्त झाला. तो चिडून म्हणाला, ''राजकन्ये, तू कुरूप आणि उर्मट आहेस हे तर मी ऐकूनच होतो. पण तू आज धडधडीत चुकीचा सूर छेडलास. याचा अर्थ गेल्या खेपेला मी तुला जे काही शिकवलं होतं, त्याचा यत्किंचितही सराव करण्याचे कष्ट तू घेतले नाहीस. कुणाला कसं रूप प्राप्त होईल हे काही कुणाच्या हातात नसतं. ते परमेश्वर ठरवतो. पण निदान प्रयत्न करणं, ज्ञान प्राप्त करण्यासाठी कष्ट करणं, हे तर प्रत्येकाच्या हातात असतं ना? तू निदान त्यावर तरी आपलं लक्ष केंद्रित करू शकतेस.''

त्याचं बोलणं ऐकून वासवदत्ता अत्यंत संतापली. ''भीषण वदन असलेल्या राजा, एखाद्या राजकन्येशी आदरानं बोलायचं असतं, एवढी साधी समज तुला नाही? तू अजूनही माझ्या वडिलांचा कैदी आहेस, हे विसरू नको. माझ्या हातून चुकीचा सूर लागला, हे मी मान्य करते. पण मी घाईगडबडीने इकडे आले. मला सराव करायला पुरेसा वेळ न मिळाल्यामुळे ते घडलं. पण एका गुरूने शांत असायला हवं, आपल्या विद्यार्थ्याला शिकवताना धीराने घ्यायला हवं. पण संगीत कशा पद्धतीने शिकवायचं हेही तुला समजत नाही. रूप तर तुझ्याकडे नाहीच आहे. तू किती भेसूर दिसतोस, हे मी ऐकून आहे.''

अशाप्रकारे दोघांमध्ये चांगलंच वाक्युद्ध जुंपलं. दोघं भांडतभांडत तावातावाने त्या पडद्याच्या अगदी जवळ आले. रागाच्या भरात राजकुमारीने तो पडदा जोरात खेचला. अचानकपणे ते एकमेकांच्या समोरासमोर आले. ते दोघेही रूपाने अद्वितीय होते. देखणेपणामध्ये ते एकमेकांच्या तोडीस तोड होते, त्यामुळे ते प्रथमदर्शनीच एकमेकांच्या प्रेमात पडले. प्रद्योत राजाला नेमकं हेच तर हवं होतं.

त्या दिवसानंतर रोजच राजा उदयन राजकन्या वासवदत्तेच्या दर्शनासाठी व्याकूळ होत असे. आता वीणावादनाचं शिक्षण दूर पडलं होतं. संगीताच्या तासाला

दोघं भरभरून बोलत, एकमेकांसमोर आपलं मन मोकळं करत. कधीतरी उद्यानात फेरफटका मारून परस्परांच्या सहवासात वेळ व्यतीत करत.

काही दिवसांतच राजा उदयनला वासवदत्तेशी विवाह करून तिला आपल्या राज्यात घेऊन जाण्याची प्रबळ इच्छा झाली. पण काही झालं तरी तो प्रद्योत राजाचा कैदी होता. त्यामुळे त्याच्याकडे राजकन्येला मागणी घालण्याचं त्याचं धाष्ट्र्य झालं नाही. त्याला त्या गोष्टीची लाज वाटत होती. मग त्याने चोरून आपले अमात्य यौगंधरायण यांना निरोप पाठवला. यौगंधरायण राजा उदयनच्या अनुपस्थितीत राज्यशकट हाकण्याच्या गडबडीत होते. आपल्याला राजकन्या वासवदत्ता हिला पळवून आणायचं असून तिच्याशी गांधर्व विवाह करण्याची आपली इच्छा असल्याचं त्याने अमात्यांना कळवलं.

असंच एकदा रात्री उदयनराजाची सुटका करण्यासाठी अमात्य यौगंधरायण यांनी भद्रा नावाची एक हत्तीण पाठवून दिली. प्रद्योत राजाला आपल्या गुप्तचरांकडून या बेताविषयी कळलं होतं, पण त्याने त्याबद्दल फारसं काही केलं नाही. रात्रीच्या वेळी राजकन्या वासवदत्ता आणि राजा उदयन हे दोघे भद्रा हत्तिणीवर बसून राजवाड्यातून पळून गेले.

दुसरा दिवस उजाडला. राजकुमारीने राजा उदयनबरोबर पलायन केल्याचं लक्षात आल्यामुळे आपण फार संतापलो आहोत, असं नाटक राजा प्रद्योतने केलं. त्याने आपल्या राजकुमारीच्या आणि राजकैद्याच्या मागावर शिपाई पाठवले. एव्हाना ते जोडपं आरामात वत्सदेशाची राजधानी कौसंबी येथे पोचलं असेल अशी राजाची खात्रीच होती. या कौसंबीलाच आज आपण काशी म्हणतो. राजाला जे वाटलं होतं, तेच घडलं. त्याचे शिपाई हात हलवत परत आले.

उदयनराजाने तातडीने समारंभपूर्वक राजकन्या वासवदत्तेशी विवाह केला. दोघांचा सुखाचा संसार सुरू झाला. उदयनराजाच्या स्वभावात फारसा बदल झाला नव्हता. तो दरबारात फारसा कधी जातही नसे. पण आता तो दिवसरात्र वासवदत्तेच्याच सहवासात घालवत असे. दोघांचंही परस्परांवर प्राणापलीकडे प्रेम होतं. भक्तीच होती म्हणा ना. अनेकदा आपल्या पतीने राज्यकारभारात लक्ष घालावं, राजाची कर्तव्यं पार पाडावीत, असं वासवदत्ता त्याला सुचवे. पण उदयन मात्र बदलायला तयार नव्हता.

असा बराच काळ लोटला. या देशाचं भविष्यात काय होणार याची अमात्य यौगंधरायण यांना सतत चिंता वाटायची. एक दिवस राजा राजवाड्यातून बाहेर पडल्यावर अमात्य यौगंधरायण वासवदत्तेची भेट घेण्यासाठी तिच्या महाली आले. राज्याची परिस्थिती त्यांनी तिला विषद करून सांगितली. ते म्हणाले, ''महाराणी, तुम्ही कृपा करून माझी अडचण समजून घ्या. आपलं राज्य फार छोटं आहे. आपले

शेजारी बलशाली आहेत. खरंतर अशा परिस्थितीत कोणत्याही राजाच्या सल्लागारांनी त्याला शेजारील राज्यांपैकी एखाद्या बलाढ्य राज्याच्या राजकन्येशी विवाह करण्याचाच सल्ला दिला आता. प्रेमविवाह करण्याचा नाही.

"आपला एक शेजारी देश आहे मगध. या देशाच्या राजाचा आपल्यावर स्वारी करण्याचा बेत आहे. तसं झालं, तर आपला सत्यानाश होईल. आपल्या राज्याचं अस्तित्व संपुष्टात येईल. या मगधराजाला एक कन्या आहे, पद्मावती. माझा असा सल्ला आहे की उदयनराजांनी तिच्याशी विवाह करावा. म्हणजेच आपले राज्य वाचेल. अर्थात आपण जरी या विवाहाचा प्रस्ताव मगध देशाच्या राजाकडे घेऊन गेलो तरी तो त्याला मान्यता देईलच असं नाही. कारण तुमचं आणि उदयनराजांचं परस्परांवर किती पराकोटीचं प्रेम आहे, हे सर्वांनाच ठाऊक आहे. त्यामुळे अशा राजाला आपली मुलगी द्यायला कोणता राजा सहजासहजी द्यायला तयार होईल? मी आज तुम्हाला जे काही सांगितलं, त्यावर महाराणी तुम्ही नीट विचार करा."

एवढं बोलून यौगंधरायण तिथून निघून गेले. त्यानंतर वासवदत्ता चिंताग्रस्त झाली. ती स्वत: एक राजकन्या होती. अनेक वेळा राजकन्यांचे विवाह राजकारणासाठी होत असत, याची तिला कल्पना होती. शिवाय या विवाहासाठी आपल्या पतीला तयार कसं करायचं, हाही एक मोठाच प्रश्न तिच्यासमोर होता. त्या काळी राजे अनेकदा अनेक विवाह करत. ते तर पुरुषार्थाचं लक्षण मानलं जाई. परंतु तरीही आपल्या पतीने दुसऱ्या स्त्रीशी विवाह करून तिला घरी आणावं, म्हणून त्याचं मन वळवणं, कोणत्याही स्त्रीसाठी सोपी गोष्ट नव्हती. अखेर वासवदत्तेने मनाचा दृढनिश्चय करून या विवाहासंबंधी आपल्या पतीकडे सरळ विषय काढला. तिच्या जोडीला यौगंधरायणानेही राजाला हा निर्णय राजकारणाच्या दृष्टिकोनातून किती मुत्सद्दीपणाचा ठरेल, त्यामुळे प्रजेचं कसं भलं होईल, हे त्याला पटवून दिलं.

उदयनने या गोष्टीला साफ नकार दिला. "वासवदत्ता, अगं जोपर्यंत तू माझ्याजवळ आहेस, तोपर्यंत मी पत्नी म्हणून दुसऱ्या कुणाचा विचारसुद्धा करू शकत नाही." तो म्हणाला.

दुसऱ्या दिवशी अमात्य यौगंधरायण यांनी आणखी एक योजना बनवली आणि त्यांनी वासवदत्तेला त्याविषयी सांगितलं, "महाराणी, आपल्या समोर उभा ठाकलेला हा प्रश्न सोडवण्यासाठी मी विविध उपायांचा विचार करत आहे. मला वाटतं, महाराजांच्या म्हणण्यानुसार जोपर्यंत तुम्ही जीवित आहात, तोपर्यंत तरी ते दुसरा विवाह करायला राजी होणार नाहीत. तर आपण काही काळापुरता तुमचा मृत्यू झाला असल्याचा बनाव केला तर? एकदा त्यांचा आणि राजकुमारी पद्मावतीचा विवाह पार पडला, की तुम्ही परत येऊ शकता. उदययनराजांचं तुमच्यावर प्राणापलीकडे प्रेम आहे. तुम्हालाही त्याची कल्पना आहेच. मग तुम्हाला काय

वाटतं? तुम्ही माझ्या या योजनेत माझी साथ द्याल का?''

आधी तर त्यांचं बोलणं ऐकून वासवदत्तेला प्रचंड धक्का बसला. पण जसजसा तिने त्यावर जास्त विचार केला, तशी तिला एक गोष्ट पटली. हे राज्य आणि इथली प्रजा या दोन्हींचं संरक्षण करण्याचा हा एकमेव उपायच आता शिल्लक होता. या राज्याची राणी म्हणून हे करणं तिचं कर्तव्य होतं. उदयनला सोडून जाणं खरंतर तिच्यासाठी फार कठीण होतं. परंतु स्वार्थत्यागामुळे फार लोकांचं हित साधणार होतं. त्यासाठी हा त्याग आवश्यक होता.

ही योजना एका आठवड्यात राबवण्याचा निर्णय झाला. महाराणी वासवदत्ता आणि अमात्य यौगंधरायण या दोघांनी लावणिका येथे एका उत्सवासाठी जाण्याचा बेत आखला. उदयनराजाचीसुद्धा त्यांच्या सोबत जाण्याची खरंतर इच्छा होती. परंतु वासवदत्तेने त्याला येऊ दिलं नाही. दोघंही उत्सवासाठी रवाना झाले. त्यानंतर उदयनराजाला असं कळवण्यात आलं, की उत्सवाच्या ठिकाणी मोठी आग लागून त्या आगीत राणी वासवदत्ता ही मृत्युमुखी पडली.

उदयनराजाच्या दु:खाला तर पारावारच उरला नाही. त्याने स्वत:ची निर्भर्त्सना केली, ''मी का नाही गेलो वासवदत्तेसोबत? निदान आम्हा दोघांना एकत्र तरी मरण आलं असतं. तिच्याविना उरलेलं आयुष्य काढण्योक्षा मरण तरी पत्करलं असतं.''

मग त्याने आपले अमात्य यौगंधरायण यांचीसुद्धा निर्भर्त्सना केली, ''तुम्ही माझ्या राणीचं रक्षण का नाही केलंत?'' पण आता या सगळ्याला फार उशीर झाला होता. जे घडायचं ते घडून गेलं होतं. आता कुणीच काही करू शकत नव्हतं.

यौगंधरायण गुपचूप वासवदत्तेला स्वत:च्या घरी घेऊन गेले. तिथे ती राहू लागली. आपण कुणाच्याही नजरेस पडणार नाही अशी खबरदारी ती घेऊ लागली.

काही महिन्यांनंतर सोयिस्करपणे पद्मावतीशी विवाह करण्याचा प्रस्ताव यौगंधरायणांनी परत एकदा उदयनराजाच्या समोर मांडला. अखेर राजकीय कारणासाठी उदयनराजाने या विवाहाला नाइलाजाने मान्यता दिली. आता नाहीतरी त्याची लाडकी वासवदत्ता त्याच्या आयुष्यात नव्हतीच.

लवकरच विवाहाच्या तयारीला सुरुवात झाली. वधूपक्षाचे वऱ्हाडी येऊन हजर झाले. इकडे अमात्यांच्या घरी वासवदत्ता राणी फार अस्वस्थ झाली. ती फार काळ या सगळ्यापासून दूर राहू शकेना. आपल्या पतीला एकदा तरी डोळे भरून पाहावं, अशी तिला प्रबळ इच्छा झाली. तेही त्याच्या विवाहाच्या पूर्वी.

दुपारची वेळ होती. लग्नमंडपाच्या जवळच्या कक्षात उदयनराजा झोपी गेला होता. वासवदत्तेने मुद्दामच अगदी साधी, सामान्य वस्त्रं परिधान केली, आपलं डोकं आणि चेहरा पदराने पूर्णपणे झाकून तिने कक्षात प्रवेश केला.

ती उदयनराजाच्या जवळ पोचली, तर तो झोपेत अस्फुट आवाजात काहीतरी

बोलत होता. तो म्हणत होता, ''प्रिय वासवदत्ता, तू अशी कशी त्या लावणिकेच्या उत्सवात आगीत भस्मसात झालीस? तू जर अशी गेली नसतीस, तर आज आपण दोघं किती सुखात असतो. माझं हे जीवन तुझ्याशिवाय अपूर्ण आहे गं.''

त्याचे शब्द ऐकून वासवदत्तेला अश्रू अनावर झाले. ती त्याच्या कानापाशी जाऊन हळूच कुजबुजली, ''मी सतत तुमच्या जवळ आहे.'' मग तिने राजावर एक शेवटचा दृष्टिक्षेप टाकला आणि कक्षाबाहेर निघून गेली.

राजा दचकून जागा झाला. तो यौगंधरायणांना म्हणाला, ''वासवदत्ता मरण पावलेली नाही. ती जिवंत आहे. मी तिला माझ्या स्वप्नात पाहिलं. मला माझ्या हाडामांसांपर्यंत तिचं अस्तित्व जाणवलं. ती माझ्या कक्षात मला भेटायला आली होती. ती अगदी साधी, सुती वस्त्रं नेसून आली होती. ती माझ्याशी बोलली. तुम्ही ताबडतोब हा विवाहसोहळा स्थगित करून वासवदत्तेचा शोध घ्या.''

यौगंधरायण हसून म्हणाले, ''महाराज, अहो वासवदत्ता जिवंत नाही. तुम्हाला तिच्याविषयी स्वप्न पडलं, कारण तुमचं तिच्यावर निरतिशय प्रेम आहे. पण हे केवळ एक स्वप्न आहे. स्वप्नवासवदत्ता.''

इकडे वासवदत्तेला उदयनची वधू पाहण्याची इच्छा झाली. तिने पद्मावतीला दुरून बघायचं ठरवलं. तिथे सर्वांची तयार होण्याची गडबड चालू होती.

एका स्त्रीने वासवदत्तेला पाहिलं. तिच्या अंगावरची जाडीभरडी वस्त्रं पाहून वासवदत्ता तिला माळीण वाटली. मग त्या स्त्रीने तिला आज्ञा केली, ''विवाहसोहळ्यासाठी दोन फुलांचे हार तयार कर.'' असं म्हणून तिच्या पुढ्यात फुलं आणून ठेवली आणि तिथेच तिला हार गुंफायला बसवलं. वासवदत्तेला फुलं एका विशिष्ट पद्धतीने गुंफून अत्यंत सुंदर 'कौतुकमाला' नावाचे हार बनवण्याची कला अवगत होती. त्याप्रमाणे तिने आपल्या पतीच्या विवाहासाठी हार बनवायला सुरुवात केली. हार गुंफता गुंफता तिचं दु:ख अनावर झालं. तिला आपले अश्रू थोपवता येईनात.

विवाहसोहळ्याच्या वेळी वासवदत्तेने बनवलेले हार वधूवरांनी एकमेकांच्या गळ्यात घातले आणि ते पती-पत्नी बनले.

विवाहसोहळ्याच्या वेळी एका पडद्याआड उभी राहून वासवदत्ता सर्व विधी बघत होती. तिच्या डोळ्यांतलं पाणी थांबत नव्हतं.

उदयनराजाने आपल्या गळ्यातील हारावरून आपली बोटं एकदा फिरवली. अचानक त्याला कसलीतरी जाणीव झाली. तो म्हणाला, ''या हाराला नक्की वासवदत्तेचा स्पर्श झाला आहे. या अशा प्रकारची कौतुकमाला तिच्याशिवाय दुसऱ्या कुणालाही गुंफता येणं शक्य नाही. कारण ती कशी गुंफायची ते वासवदत्तेला मीच तर शिकवलं आहे. ती नक्की जिवंत आहे. आता तर माझी खात्रीच पटली

आहे. मला काहीही करून तिला भेटायचं आहे.''

आता यौगंधरायण पुढे होऊन म्हणाले, ''महाराज, हे जे काही घडलं, ते केवळ माझ्यामुळेच घडलं. तुम्ही मला क्षमा करा. महाराणी खरोखरच जीवित आहेत आणि हे सगळं करायला त्या तयार झाल्या म्हणून आज आपला देश परकीय आक्रमणापासून वाचला. त्यामुळे महाराज, तुम्ही आम्हा दोघांना क्षमा करा.''

अमात्याचं बोलणं संपताच वासवदत्ता पडद्यामागून बाहेर आली. तिला पाहताच उदयनराजाला अस्मान ठेंगणं झालं. त्याने आपला हितचिंतक असलेल्या अमात्याला माफ केलं. नववधू पद्मावतीने पुढे होऊन वासवदत्तेला नम्रपणे अभिवादन केलं आणि तिचा बहीण म्हणून स्वीकार केला.

एका नवीन जाणिवेने आणि अनुभवातून शिकलेल्या शहाणपणातून उदयनराजा राज्यकारभार पाहू लागला आणि आपल्या दोन राण्यांसह सुखाने राहू लागला.

संस्कृत भाषेतील हे नाटक म्हणजे भाषेच्या वैभवाने आणि अलंकारांनी समृद्ध असणाऱ्या साहित्यकृतीचा उत्कृष्ट नमुना आहे. उदयन आणि वासवदत्ता यांच्या या दिव्य प्रेमावरून प्रेरणा घेऊन पुढे संस्कृत भाषेत आणखी अनेक नाटके लिहिली गेली.

विस्मरणात गेलेली पत्नी

इ. स. ९०० ते ९६०च्या दरम्यान मगध देशाच्या (आजचा बिहार) मिथिला नगरीमध्ये वाचस्पती मिश्रा नावाचा एक प्रकांड पंडित होऊन गेला. त्याच्या आईने, वत्सलेने, एकटीने आत्यंतिक हालअपेष्टा सोसून, खडतर परिस्थितीला तोंड देत त्याला लहानाचा मोठा केला.

वाचस्पती विवाहयोग्य वयाचा झाल्यावर त्याच्या आईच्या मनात त्याच्या लग्नाचे विचार घोळू लागले. त्यांच्या शेजारच्या गावातील एक उपवर तरुणी त्याच्या आईला पसंत पडली. तिने आपल्या मुलापाशी लग्नाचा विषय काढला.

"वेदान्त सूत्रांवर किंवा ब्रह्मसूत्रांवर भाष्य करणारा ग्रंथ लिहिणं हेच माझ्या आयुष्याचं एकमेव ध्येय आहे. ही शास्त्रवचनं अत्यंत महत्त्वाची असून माझ्यासाठी त्यांचं मोल फार जास्त आहे. त्यांच्यावर भाष्य लिहिणं ही फार मोठी समाजसेवा आहे असं मी मानतो," वाचस्पती आपल्या आईला म्हणाला, "मी एकदा लेखनाच्या कामात गर्क झालो की मला पतीची अथवा पित्याची भूमिका निभावणं, त्यांची कर्तव्यं पार पाडणं जमणार नाही. माते, ही गोष्ट तुलासुद्धा माहीत आहे. तू मुलीकडच्या लोकांना माझा हा निरोप सांग. पण मला एक सांग अम्मा, हे इतकं सगळं ऐकल्यावरसुद्धा तुला अजूनही माझं लग्न लावून देण्याची इच्छा आहे का?"

आपल्या मुलाचा हा निर्णय ऐकून वत्सलेला आश्चर्याचा धक्का बसला. तिला वाटलं, आपल्या मुलाचं एखाद्या मुलीशी लग्न लावून देणं म्हणजे त्या मुलीच्या आयुष्याची नासाडी करण्यासारखंच आहे. तिने जरा संकोचून मुलीच्या वडिलांना आपल्या मुलाचं काय मत आहे, ते सांगितलं. वाचस्पतीचा स्पष्टवक्तेपणा, त्याची विनयशील वृत्ती आणि प्रामाणिकपणा हे गुण मुलीच्या वडिलांना भावले. मग

त्यांनी आपल्या मुलीचं मत विचारलं. ती मुलगी म्हणाली, "मला त्यांच्या सर्व अटी मान्य आहेत. मला त्यांच्याशीच विवाह करायचा आहे."

ते ऐकून वाचस्पतीला आनंद झाला. आपल्या आयुष्यात आपल्याला केवढ्या अवघड परिस्थितीला तोंड द्यावं लागणार आहे, हे माहीत असूनसुद्धा जी मुलगी आपला पती म्हणून स्वीकार करायला तयार झाली, ती नक्कीच खास असणार, असं त्याला वाटलं.

व्यासपौर्णिमेच्या शुभमुहूर्तावर त्या दोघांचा विवाह संपन्न झाला. आपल्या भाष्यलेखनाला प्रारंभ करण्यासाठी हा मुहूर्त अत्यंत चांगला आहे, असं वाचस्पतीला वाटलं. त्यामुळे लग्नमंडपातून घरी पोचताच त्याने घराच्या ओसरीत बैठक मारून आपल्या लेखनाला सुरुवात केली. दिवसांमागून दिवस चालले होते. त्याला ज्या कुठल्या गोष्टींची गरज पडेल, त्या गोष्टी त्याची आई त्याला आणून देत असे. त्याची नवीन लग्न होऊन घरी आलेली पत्नी या सगळ्याचं बारकाईने निरीक्षण करत होती.

महिने, ऋतू आणि वर्षं निघून चालली होती. वाचस्पतीचं सर्व लक्ष त्याच्या कामावर केंद्रित होतं. काही वर्षांनंतर त्याची आई वारली. आता त्याची पत्नी त्याची सेवा करू लागली. तिच्या पतीच्या गरजा फारच कमी होत्या - स्नान, पोटाला चार घास अन्न आणि दिवसाचे काही थोडे तास झोप.

कित्येक वर्षं ती त्याची निरपेक्ष बुद्धीने सेवा करत राहिली, पण सर्व वेळ त्याच्या नजरेआड राहून. त्याच्या लेखनासाठी लागणारी भूर्जपत्रं त्याच्या हाताशी ठेवलेली असत. रात्रीच्या वेळी दिव्यात तेलवात केलेली असे. त्याचं काम चालू असताना त्यात कधीच व्यत्यय येणार नाही याची काळजी घेतली जाई. आपली कुणीतरी एवढी काळजी घेत आहे, हा विचार वाचस्पतीच्या मनाला कधी शिवलासुद्धा नाही.

अखेर एका रात्री त्याची टीका लिहून संपली. वाचस्पती हातातील लेखणी बाजूला ठेवून उभा राहिला. त्याच्या आनंदाला पारावार उरला नाही. अखेर त्याने अंगीकारलेलं व्रत पूर्ण झालं होतं. त्याचं जीवन सफल झालं होतं.

दिव्याच्या अंधूक प्रकाशात खोलीच्या एका कोपऱ्यात मुटकुळं करून झोपलेली एक वृद्ध स्त्री त्याच्या नजरेस पडली.

त्याच्या हालचालींचा किंचित आवाज होताच तिची झोप चाळवली.

वाचस्पती तिला म्हणाला, "हे वृद्ध स्त्रिये, तू कोण आहेस? या प्रहरी माझ्या खोलीत तू काय करते आहेस?"

त्यावर ती म्हणाली, "मी तुमची पत्नी आहे. कित्येक दशकांपूर्वी माझ्याशी विवाह करून तुम्ही मला या घरात आणलंत. सर्व काळ तुम्ही तुमच्या लेखनात

व्यग्र असल्यामुळे मी कधीही तुमच्या कामात व्यत्यय आणला नाही.''

तिचे शब्द ऐकून वाचस्पती अवाक् झाला. त्याला आपण एका सुंदर तरुणीशी विवाह केल्याचं पुसटसं आठवत होतं. आणि तीच एकेकाळची सुंदर तरुणी म्हणजे आताची ही वृद्धा होती. खरंच का इतका काळ लोटला होता? मग शेजारच्या चकचकीत तेलाच्या भांड्यात त्याने क्षणभर स्वत:चे प्रतिबिंब पाहिलं. त्याने क्षणभर स्वत:ला ओळखलंच नाही. कारण ते प्रतिबिंब एका वृद्ध गृहस्थाचं होतं.

वाचस्पतीने आपल्या पत्नीच्या जवळ जाऊन तिच्या हातांकडे निरखून पाहिलं. मग त्याला आठवण झाली. हेच हात त्याला रोज जेवण वाढत आणि त्याच्या शेजारच्या दिव्यात तेल घालून वात सारखी करत. ते हात त्याच्या चांगलेच ओळखीचे होते. पण तिचा चेहरा मात्र त्याच्या ओळखीचा नव्हता. अचानक वाचस्पतीच्या डोळ्यांतून घळाघळा अश्रू वाहू लागले. ''मी तुझ्यावर फार मोठा अन्याय केला आहे. मी तुझ्या बाबतीतलं माझं कोणतंही कर्तव्य पार पाडलेलं नाही. पण तू मात्र तुझी सर्व कर्तव्यं पार पाडलीस. तुझ्यासारखी स्त्री मला पत्नी म्हणून लाभली, हे माझं फार मोठं भाग्य आहे. तू निरपेक्ष वृत्तीने माझ्यावर प्रेम करत राहिलीस. अत्यंत धीराने आणि सामंजस्याने माझ्याजवळ राहून खूप मोठ्या मनाने माझा सांभाळ केलास. तू तर खरोखर एकमेवाद्वितीय आहेस. पण तुझं नाव काय, ते तरी सांग ना.''

त्यावर ती स्त्री मंदपणे हसली. ती म्हणाली, ''पतिदेव, तुम्ही लग्नाआधी या सर्व गोष्टींची मला कल्पना दिली होती. त्या मी मान्य करूनच तुमच्याशी विवाह केला होता. तत्त्वज्ञानाच्या शास्त्रात जेव्हा तुम्ही एवढी उंची गाठलीत, तेव्हा तुमची काळजी घेणारं, तुमच्यावर माया करणारं कुणीतरी माणूस तुमच्या जवळ असायलाच हवं होतं ना? मग मी माझ्या परीने जेवढं करता आलं तेवढं केलं. माझं नाव भामती.''

वाचस्पतींनी मानेनेच होकार दिला आणि ते आपल्या लेखनाकडे वळले.

त्यांनी त्यांच्या ग्रंथाचं पहिलं पान उघडलं, हातात पीस घेऊन त्याचं टोक शाईत बुडवलं आणि थरथरत्या हातांनी ग्रंथाच्या शीर्षकासाठी मोकळ्या सोडलेल्या जागेवर अक्षरं लिहिली 'भामती.'

वाचस्पती आपल्या पत्नीकडे वळून म्हणाले, ''या माझ्या भाष्याला मी तुझं नाव दिलं आहे. इथून पुढच्या पिढ्यांना कदाचित माझं नाव आठवणारही नाही. परंतु या ग्रंथाच्या शीर्षकाच्या निमित्ताने तुझं नाव ज्याच्या त्याच्या मुखी होईल. तू सर्वांच्या स्मरणात राहशील. कोणत्याही यशस्वी पुरुषाच्या मागे नेहमीच एका स्त्रीचं निरपेक्ष प्रेम असतं आणि खरंतर त्या पुरुषापेक्षा त्या स्त्रीचाच अधिक मानसन्मान झाला पाहिजे. या तत्त्वज्ञानाच्या ग्रंथापेक्षा स्त्रिया कितीतरी महान असतात याचं

मानवी इतिहासात तू एक उदाहरण बनून राहशील.''

आज वाचस्पती मिश्रा या प्रकांड पंडिताबद्दल आपण फार काही जाणत नाही. परंतु 'भामती अद्वैत वेदान्त विद्यालय' सर्वांनाच माहीत असतं. आज भामतीचं नाव हे निरपेक्ष प्रेमाचं आणि सहनशीलतेचं प्रतीक मानलं जातं.

'The Man From The Egg' या इंग्रजी पुस्तकाचा अनुवाद

गरुडजन्माची कथा

त्रिमूर्तींच्या आगळ्यावेगळ्या कथा

लेखक
सुधा मूर्ती

अनुवाद
लीना सोहोनी

ब्रह्मदेवाला कोणे एके काळी पाच मस्तकं होती हे तुम्हास माहीत आहे का? भगवान शंकराने आपल्या जटांमध्ये चंद्रकोर का धारण केली आहे, याबद्दल तुम्हाला काही ठाऊक आहे का? देव इतरांची फसवणूक करतात का? ब्रह्मदेवाला कोणे एके काळी पाच मस्तकं होती हे तुम्हास माहीत आहे का? भगवान शंकराने आपल्या जटांमध्ये चंद्रकोर का धारण केली आहे, याबद्दल तुम्हाला काही ठाऊक आहे का? देव इतरांची फसवणूक करतात का?

आपणा सर्वांना एक गोष्ट निश्चित माहीत आहे– ब्रह्मा, विष्णू आणि महेश या त्रिमूर्तींचं चराचरात अस्तित्व असून, हे जग आणि आपली मानवजात अस्तित्वात आहे, ती केवळ त्यांच्यामुळेच. संपूर्ण भारतात सगळीकडे या तीनही देवतांची उपासना केली जाते; परंतु या देवतांबद्दलच्या अनेक सुरस आणि चमत्कृतिजन्य कथा अजूनही फारशा कुणाला माहीत नसतात.आपणा सर्वांना एक गोष्ट निश्चित माहीत आहे– ब्रह्मा, विष्णू आणि महेश या त्रिमूर्तींचं चराचरात अस्तित्व असून, हे जग आणि आपली मानवजात अस्तित्वात आहे, ती केवळ त्यांच्यामुळेच. संपूर्ण भारतात सगळीकडे या तीनही देवतांची उपासना केली जाते; परंतु या देवतांबद्दलच्या अनेक सुरस आणि चमत्कृतिजन्य कथा अजूनही फारशा कुणाला माहीत नसतात.

अनेक पुरस्कारविजेत्या लेखिका सुधा मूर्ती या वाचकांना हाताला धरून या अनोख्या, अज्ञात प्रदेशात घेऊन जातात. प्राचीन युगातील या तीन अत्यंत शक्तिशाली देवतांविषयीच्या अद्भुतरम्य कथा त्या वाचकांसमोर उलगडतात. कथासंग्रहातील प्रत्येक कथा तुम्हा सर्वांना एका वेगळ्याच मंतरलेल्या विश्वात घेऊन जाईल. त्या कथा ज्या कालखंडात घडतात, तेव्हाच्या व्यक्ती मनोवेगाने दूरदूरच्या प्रदेशात भ्रमंती करू शकतात, यातले प्राणी उडू शकतात आणि यात पुनर्जन्म तर नेहमीच होत असतात.